D1771640

உலகை உலுக்கிய

மங்கோலியப் போர்க்களங்கள்

ஜெகாதா

சத்யா

Title:
Ulagai Ulukkiya
Mangolia Porkkalangal
Jakatha

ISBN: 978-93-92474-50-7
Title Code : Sathyaa - 033

நூல் தலைப்பு
உலகை உலுக்கிய
மங்கோலியப் போர்க்களங்கள்

நூல் ஆசிரியர்
ஜெகாதா

முதற்பதிப்பு
ஜூலை 2023

விலை : ₹ 220

பக்கம் : 151

Printed in India

Published by

Sathyaa Enterprises
No.137, First Floor,
Choolaimedu,
Chennai - 600 094.
044 - 4507 4203

Email
sathyaabooks@gmail.com

உள்ளே...

1. முகலாயர்களின் முன்னோடிகள் — 5
2. மங்கோலியர்களின் இரகசிய வரலாறு — 12
3. பேரழிவுகளின் பேரரசன் — 17
4. மேற்கத்திய ஷியா கலாச்சாரத்தின் அழிவு — 23
5. மங்கோலிய பழங்குடிக் கூட்டமைப்பு — 26
6. கலீபாவின் ஆட்சிக்கு எதிரான கலகம் — 31
7. பிரபஞ்சத்தின் அரசன் — 37
8. செங்கிஸ்கானின் பழங்குடி வாழ்க்கை — 52
9. நதிமூலம் ரிஷிமூலம் — 56
10. உலக வரலாற்றின் சாபக்கேடு — 63
11. மங்கோலியப் பேரரசி — 68
12. மங்கோலியர்களின் மூர்க்க வெறி — 74
13. மங்கோலிய வணிக ஆதிக்கம் — 79
14. மங்கோலிய மரபியல் வரலாறு — 82

15.	மங்கோலிய சிந்து படையெடுப்பு	89
16.	கிளி யுத்தம்	91
17.	இந்திய படையெடுப்புகள்	98
18.	வெற்றி மட்டுமே இலக்கு	106
19.	மங்கோலிய – சின் அரச மரபு போர்க்களங்கள்	109
20.	வெள்ளியை உருக்கி தொண்டையில் ஊற்றுங்கள்	118
21.	செங்கிஸ்கான் கல்லறை மர்மங்கள்	125
22.	யுவான் அரச மரபின் எழுச்சியும் வீழ்ச்சியும்	133
23.	மங்கோலியப் பேரரசனின் மறுபக்கம்	138
24.	பிற்கால மங்கோலியர் படையெடுப்புகள்	148

❑

1

முகலாயர்களின் முன்னோடிகள்

மத்திய ஆசியா பரந்து விரிந்த நிலப்பகுதி. ஈரானை மையமாகக் கொண்டு வாழ்ந்தவர்கள் தைமூர்கன் எனும் தெமுரீத்கன்.

செங்கிஸ்கான் வம்ச வழியில் வந்த இவர்கள் மத்திய ஆசியா முழுவதும் ஈரானிய துருக்கி கலாச்சாரத்தினை வளர்த்தார்கள்.

துருக்கி வழிவந்த செங்கிஸ்கான் பரம்பரையினரையும் ஆதி மங்கோலியர் களையும் குறிக்க பயன்படுத்திய சொல் தான் 'மொகல்'. மொகாலிஸ்தான் என உண்மையான மங்கோலியரை குறிக்க பயன்படுத்தினார்கள். அதில் இருந்து தோன்றியதுதான் 'முகலாயர்கள்.'

இதில் உண்மையான இஸ்லாமியர்கள்

மங்கோலிய வழிவந்த பின் இசுலாம் மதத்தை தழுவியவர்களை முழு இஸ்லாமியர்களாக ஏற்றுக் கொள்ள முடியவில்லை.

ஆதலால் மங்கோலியர்கள் தங்கி இருந்த பகுதியான சமர்கண்ட் புகாராவில் வாழ்ந்த இஸ்லாமியர்களை 'முகலாயர்கள்' என பிரித்து அழைக்க ஆரம்பித்தனர்.

இங்கு ஆட்சி புரிந்த தெமூரித்களில் முதன்மையானவர் அமீர் தைமூர். இவர் தாம் கைப்பற்றிய பிரதேசங்களை ஒன்றிணைத்து விட்டு சமர்கண்டை தன்னுடைய தலைநகரமாக மாற்றினார். உஸ்பெகிஸ் தானின் இரண்டாவது பெரிய நகரமான சமர்கண்டை கலைகளின் தலைநகரமாக்கினார்.

பதினைந்தாம் நூற்றாண்டின் பிற்பகுதியில் மூன்று இனத்தவர்கள் மத்திய ஆசியாவை கைப்பற்ற தீவிரமாக தந்திரங்களைக் கையாண்டனர். அதில் தெமூரித்துகளின் வியூகம் சற்று முன்னேறி இருந்தது.

வடக்கே உஸ்பெகிஸ்தானில் இருந்து மங்கோலியர்களின் வம்சா வழியில் வந்த சன்னி முஸ்லீம்கள், ட்ரானஸோக்ஸியானாவுக்குள் ஊடுருவ முயற்சி செய்து கொண்டிருந்தார்கள்.

ஈரானில் இருந்த ஷியா முஸ்லீம்களால் மேற்கில் ஸஃபாவித் என்ற புதிய சமஸ்தானம் உருவாக்கி இருந்தார்கள்.

ஒட்டமான் பேரரசு கிழக்கு ஐரோப்பிய பகுதிகளையும் ஈரான் ஈராக்கையும் கைப்பற்ற தீவிர போர் வியூகங்களை நடைமுறைப் படுத்தினர்.

அச்சமயம் ட்ரோன்ஸோக்ஸியானாவின் சுல்தானாக இருந்தவர் அபு ஸயீத் மிர்ஸா. இவர் அமீர்தைமூரின் பேரன். முகலாய பாபரின் தாத்தா.

போர்க் குவியல்களின் பிண அடுக்குகளிலிருந்து தன்னை விடுவித்துக் கொள்ள நினைத்தார் அபு ஸயித் மிர்ஸா. அதனால் தனது ராஜ்ஜியத்தை மகன்களுக்கு பிரித்து கொடுத்தார்.

அதில் பர்கானா பள்ளத்தாக்கு பகுதியை உமர்ஷேக் மிர்ஸாவுக்கும், சமர்கண்ட் பொக்காரானவை அகமது மிர்ஸாவிற்கும், காபூலை உலுக்க மிஸ்ராவுக்கும் காந்தகாரை மூரத் மிர்ஸாவிற்கும் பிரித்துக் கொடுத்தார்.

இதில் பர்கானா தேசத்தின் வாரிசாகவும் தந்தை உமர்ஷேக் மிர்ஸா விற்கும், தாய்க்வடட்லக் நிகார்கானுவிற்கும் மகனாகப் பிறந்தவர் தான் பாபர் மன்னர்.

பாபரின் தாயும் செங்கிஸ்கான் பரம்பரையில் வந்தவர். அதாவது தாய்வழி தாத்தாவான யூனுஸ்கான் செங்கிஸ்கான் பரம்பரையைச் சேர்ந்தவர்.

என்னதான் செங்கிஸ்கானின் மங்கோலிய கலப்பினத்தில் பிறந்து இருந்தாலும் பாபர் தன்னை துருக்கி இனத்தவர் என்று சொல்லிக் கொள்ளவே விரும்பினார். காரம் மங்கோலியர்களின் கலாச்சாரத்தை அவரது மனம் ஏற்க மறுத்தது. இதனை பாபர் தனது சுயசரிதை 'பாபர் நாமா'வில் பதிவு செய்துள்ளார்.

செங்கிஸ்கான் மங்கோலிய நாட்டின் உருவாக்கத்திற்காகவும், அரசியல் மற்றும் இராணுவ அமைப்புகளை ஏற்படுத்தியதற்காகவும், போர்களில் கண்ட வெற்றிகள் காரணமாகவும் மங்கோலியாவில் நூற்றாண்டுகளாகப் போற்றப்பட்டு வருகிறார்.

மங்கோலியர்கள் மத்தியில் அசாதாரணமானவராக கருதப்படும் இவர் துருக்கியர் போன்ற மற்ற இனத்தவராலும் மதிக்கப்படுகிறார். தங்களின் ஒப்பற்ற கலாச்சார அடையாளமாகவே செங்கிஸ்கான் மங்கோலிய வரலாறு கருதுகிறது.

இவரைப் பற்றிய நேர்மறை கருத்துக்கள் தவிர்க்கப்பட்டதுடன் பிற்போக்குவாதி என்று செங்கிஸ்கானை அடையாளப்படுத்தியது மங்கோலியாவில் கம்யூனிச ஆட்சிக் காலத்தில்தான்.

கி.பி. 1962ல் இவரது 800வது பிறந்த நாளின் போது இவரது பிறப்பிடத்தில் ஒரு நினைவுச் சின்னம் ஏற்படுத்தப்பட்டது.

கி.பி. 19960 களின் முற்பகுதியில் செங்கிஸ்கான் பற்றிய நினைவுகள் ஒரு சக்தி வாய்ந்ததாக புத்துயிர் பெற்றன. மங்கோலிய மக்கள் குடியரசின் காலத்தில் அதன் அடக்குமுறைக்கு ஒரு பகுதி எதிர்வினையாக இது ஏற்பட்டது.

செங்கிஸ்கான் தேசிய அடையாளத்தின் மையமான நபர்களில் ஒருவராக ஆனார். ஒருவருக்கொருவர் போரிட்டுக் கொண்டிருந்த

பழங்குடியினரை ஐக்கியப்படுத்தியதில் இவரது பாத்திரத்திற்காக மங்கோலியர்கள் இவரை நேர்மறையாகவே பார்க்கின்றனர்.

மங்கோலியர்கள் தங்களை செங்கிஸ்கானின் குழந்தைகள் என்றே கூறுகின்றனர். முக்கியமாக இளம் வயதினர் செங்கிஸ்கான் 'மங்கோலியர்களின் தந்தை' என்கின்றனர்.

செங்கிஸ்கானுக்கு எதிராக நிலைப்பாடு உடையவர்கள் அவரை எதிர்மறையாகவே சித்தரித்து வருகின்றனர். இவரது கொலைகளை மிகைப்படுத்தி அவருக்கு ஒரு மிருக முகம் பூட்டி பதிவு செய்கின்றனர்.

கி.பி. 2012 முதல் மங்கோலிய சந்திர நாட்காட்டியின்படி குளிர் காலத்தின் முதல் நாள் (செங்கிஸ்கான் பிறந்த நாள்) தேசிய விடுமுறையாகக் கடைபிடிக்க ஆணையிடப்பட்டுள்ளது.

ஒரு அரசியல் மற்றும் இன அடையாளமாக மங்கோலியர்களின் தோற்றத்திற்கே இவரே காரணமாக இருக்கிறார். ஏனென்றால் கலாச்சார ஒற்றுமை கொண்ட பழங்குடியினருக்கு இடையே ஒன்றுபட்ட அடையாளம் இல்லை. இவர் பல மங்கோலியப் பாரம்பரியங்களை வலுப்படுத்தினார்.

மங்கோலிய மொழிக்கு முதல் எழுத்துருவம் கொடுத்தவரும் இவரே. முதல் மங்கோலியச் சட்டங்களான இக சசக்கையும் (மாபெரும் நிர்வாகம்) இவர்தான் உருவாக்கினார்.

அனைத்து குடிமக்களும் நிலை அல்லது செல்வம் சார்ந்து இல்லாமல் சட்டத்தின் கீழ் சமமான பாதுகாப்பைக் கோரிய செங்கிஸ்கானை ஊழல் எதிர்ப்பு முயற்சிகளுக்கு ஆசிரியராக கருதுகின்றனர்.

இன்று மங்கோலியாவில் செங்கிஸ்கானின் பெயர் மற்றும் படங்கள் பொருட்கள் கட்டடங்கள் வீதிகள் மற்றும் பிற இடங்களில் இடம் பெறுகிறது.

தினசரிப் பொருட்களான மதுபான பாட்டில் முதல் மிட்டாய் வரை இவர் முகம் காணப்படுகிறது. அனைத்து மங்கோலிய பண நோட்டுகளிலும் செங்கிஸ்கானின் உருவம் காணப்படுகிறது.

செங்கிஸ்கான் சிலைகள் பாராளுமன்றத்தின் முன்பு வைக்கப்பட்டுள்ளது.

மற்ற குறிப்பிடத் தகுந்த படையெடுப்பாளர்களைப் போலவே செங்கிஸ்கானும், இவருடன் சேர்ந்து படையெடுத்தவர்களில் இருந்து வெல்லப்பட்டவர்களால் வேறு விதமாகப் பார்க்கப்படுகிறார்.

எதிர்மறையான கருத்துகள் பல்வேறு புவியியல் பிராந்தியங்களி லிருந்து பல கலாச்சாரங்களால் எழுதப்பட்ட வரலாறுகளில் தொடர் கின்றன.

மங்கோலியப் படையினரால் வெல்லப்பட்ட பிரதேசங்களில் பொது மக்கள் முறைப்படுத்தப்பட்ட படுகொலை செய்யப்பட்டது கொடூரங்கள் மற்றும் அழிவு ஆகியவற்றை அவர்கள் அடிக்கடி மேற்கோள் காட்டு கின்றனர்.

இத்தாலிய பயணியான மார்க்கோபோலோ செங்கிஸ்கான், 'மிகுந்த மதிப்பு கொண்ட மிகுந்த திறமை உடைய மற்றும் வீரம் நிறைந்த மனிதன்' என்று குறிப்பிட்டுள்ளார்.

சீனா ஏறத்தாழ் 65 வருடப் போராட்டத்திற்கு பிறகு மங்கோலியர் களால் வெல்லப்பட்டது. செங்கிஸ்கான் மற்றும் அவரது வழித்தோன்றல் கள் பற்றிய எண்ணமானது இன்னும் ஒரு கலவையாகவே உள்ளது.

உள்மங்கோலியாவில் செங்கிஸ்கானுக்கு நினைவுச் சின்னம் மற்றும் கட்டிடங்கள் அர்ப்பணிக்கப்பட்டுள்ளன. இங்கு குறிப்பிடத்தக்க அளவிலே மங்கோலிய இனத்தவர் வாழ்கின்றனர்.

அவர்களது மக்கள் தொகை சுமார் 50 லட்சம் ஆகும். இது மங்கோலியாவின் மக்கள்தொகையை போல இரு மடங்கு ஆகும்.

செங்கிஸ்கான் சீனா முழுவதையும் வெல்லாதபோதும், இவரது பேரன் குப்லாய்கான் சீனா முழுவதையும் வென்றார். யுவான் அரச மரபைத் தோற்றுவித்தார்.

பொதுவாக யுவான் அரச மரபுதான் சீனா முழுவதையும் மீண்டும் ஒன்றிணைத்தது என்று கூறப்படுகிறது. செங்கிஸ்கானை ஒரு இராணுவத் தலைவராகவும், அரசியல் நுண்ணறிவு கொண்டவராகவும் போற்றி ஏராளமான கலைப் படைப்புகள் மற்றும் இலக்கியங்கள் உள்ளன.

மங்கோலியர்கள் நிறுவிய யுவான் அரச மரபானது சீன அரசியல் மற்றும் சமூக அமைப்பு முறைகளில் ஒரு அழிக்க முடியாத தாக்கத்தை

ஏற்படுத்தியது.

செங்கிஸ்கான் தாவோயிசத் தலைவர் குயிசுசியை ஆதரித்தார். இப்போது ஆப்கானிஸ்தான் என்றழைக்கப்படும் பகுதியில் குயிசுசியை செங்கிஸ்கான் சந்தித்தார்.

சின் மற்றும் சாங் மன்னர்கள் அழைத்தபோது ஏற்காத குயிசுசி செங்கிஸ்கானின் அழைப்பை ஏற்று சுமார் 5000 கி.மீ தூரத்தை கடந்து வந்து அவரைச் சந்தித்தார்.

ஏனெனில் குயிசுசி செங்கிஸ்கானை கடவுளால் தேர்ந்தெடுக்கப்பட்டவராகக் கருதினார். பின்னர் வட சீனாவில் உள்ள அனைத்து மத விவகாரங்களையும் கட்டுப்படுத்தும் அதிகாரத்தை செங்கிஸ்கான் குயிசுசிக்கு வழங்கினார்.

புகழ் பெற்ற முகலாயப் பேரரசர்கள் செங்கிஸ்கானின் பெருமைமிகு வழித்தோன்றல்களாக இருந்தனர்.

முக்கியமாக தைமூரின் வழித்தோன்றல்களாக இருந்தனர். எனினும் அவர்கள் குவாரசமிய ஷாக்கள், துருக்கியர்கள், பாரசீகர்கள், பாக்தாத் மற்றும் டமாஸ்கஸ், நிசாபூர், புகாரா ஆகிய நகரங்களின் குடிமக்கள் நிசாபூரின் அட்டர் போன்ற வரலாற்று நபர்கள் மற்றும் பல குறிப்பிடத் தகுந்த முஸ்லீம்கள் ஆகியோருக்கு எதிரான மங்கோலிய அட்டூழியங்களில் இருந்து தங்களை விலக்கிக் கொண்டனர்.

எனினும் முகலாயப் பேரரசர்கள் நேரடியாக செங்கிஸ்கான் மற்றும் தைமூரின் மரபை ஆதரித்தனர். இந்த இருவரின் பெயர்கள் மற்ற புகழ் பெற்ற நபர்களுக்கு வைக்கப்பட்டுள்ளன. முக்கியமாக தெற்காசியாவின் முஸ்லீம் மக்களிடையே வைக்கப்பட்டுள்ளன.

ரஷ்யா, மத்திய கிழக்கு, கொரியா, சீனா, உக்ரைன், போலந்து மற்றும் ஹங்கேரி ஆகிய நாடுகளின் பெரும்பாலான பகுதிகளில் செங்கிஸ்கான் மற்றும் இவரது அரசனது அழிவின் காரணமாகவும் மக்கள் தொகை இழப்பின் காரணமாகவும் எதிர்மறையாகப் பார்க்கப்படுகிறது.

மத்திய கிழக்கு நாடுகளில் குறிப்பாக ஈரானில் செங்கிஸ்கான் கிட்டதட்ட அனைவராலும் அழிவுகரமான மற்றும் இனப்படுகொலை செய்த போர்த் தலைவராக கண்டிக்கப்படுகிறார்.

இந்தப் பகுதிகளின் மக்கள்தொகைக்கு பெரும் அழிவை ஏற்படுத்தியவ ராகக் கருதப்படுகிறார்.

ஒட்டுமொத்தமாக மங்கோலிய வன்முறை மற்றும் அட்டூழியங்கள் ஈரானியப் பீடபூமியின் மக்கள்தொகையில் நான்கில் மூன்று பங்கு வரை கொன்றன.

ஆப்கானிஸ்தானில் மற்ற துருக்கியரல்லாத முஸ்லீம் நாடுகளிலும் செங்கிஸ்கான் பொதுவாக எதிர்மறையாகப் பார்க்கப்படுகிறார்.

மெர்ச், சமர்கந்து, ஊர்கெஞ்ச், நிசாபூர், பம்யன், பால்க் மற்றும் ஹெஷாத் ஆகிய நகரங்களில் மக்கள் கொல்லப்பட்டனர். இதில் பால்க் ஆரம்ப கால ஆரிய நாகரீகத்தின் தொட்டில் என்று அழைக்கப்படுகிறது.

கோரசான் மாகாணத்தின் பெரும்பகுதிகள் முழுவதுமாக அழிக்கப் பட்டன. இவரது பேரன் ஹுலாகுகான் வடக்கு ஈரானின் பெரும் பகுதி களை அழித்தார்.

பாக்தாத்தை சூறையாடியதன் மூலம் இசுலாமின் பொற்காலத்தை முடித்தார். எனினும் அவரது படைகள் எகிப்திய அடிமை வம்சத்தால் தடுக்கப்பட்டன.

ஹுலாகுவின் வழிவந்த கசன்கான் அடிமை வம்சத்தை தோற் கடித்தார். சிரியாவைத் தன் கட்டுப்பாட்டிற்குள் சிறிது காலம் வைத்திருந்தார். எனினும் தோற்கடிக்கப்பட்டார்.

கி.மு. 1237ல் செங்கிஸ்கானின் பேரன் படுகான் கீவிய உருசியாவின் மேல் படையெடுத்தார். மூன்றே வருடங்களில் மங்கோலியர்கள் நோவ் கோரோட் மற்றும் புஸ்கோவ் தவிர கிழக்கு ஐரோப்பாவின் அனைத்து முக்கியமான நகரங்களையும் நிர்மூலமாக்கினர்.

ஈரானிய மக்களின் நடுவில் செங்கிஸ்கான், இவரது பேரன் ஹுலாகு மற்றும் தைமூர் ஆகியோர் அழிவை ஏற்படுத்தியவர்களாக கருதப்படு கின்றனர்.

✷

2

மங்கோலியர்களின் இரகசிய வரலாறு

மங்கோலியர்களின் இரகசிய வரலாறு என்பது மங்கோலிய மொழி இலக்கியங்களிலேயே மிகப் பழமை யானது ஆகும்.

இது மங்கோலிய அரச குடும்பத்திற்காக செங்கிஸ்கானின் இறப்பிற்கு சில காலம் கழித்து எழுதப்பட்டது. இதனை எழுதியவர் பற்றிய குறிப்புகள் இல்லை.

மொழியியல் ரீதியாக இது பாரம்பரியத்திற்கு முந்தைய மற்றும் இடைக் கால மங்கோலிய மொழியைப் பற்றி ஏராளமான தகவல்களைத் தருகிறது.

இந்த இரகசிய வரலாறான செங்கிஸ் கானைப் பற்றி அவரது பிறந்த இடத்தில் மங்கோலியர்களால் எழுதப்பட்ட மிக முக்கியமான ஒற்றை இலக்கியமாக

கருதப்படுகிறது. இது ஒரு செம்மையான இலக்கியமாக மங்கோலியா மற்றும் உலகெங்கிலும் கருதப்படுகிறது.

இந்த இலக்கியமானது தெமுசின் எனும் செங்கிஸ்கானின் மூதாதையர்களின் ஒரு மாய பூர்வீகத்தைப் பற்றி எழுதுவதன் மூலம் ஆரம்பமாகிறது.

தெமுசினின் வாழ்க்கையைப் பற்றிய பகுதியானது அவரது தாய் ஒவலுன் அவரது தந்தை எசுகெயால் கடத்தப்படுவதில் இருந்து ஆரம்பம் ஆகிறது. அதன் பிறகு தெமுசினின் இளவயது வாழ்க்கையைப் பற்றி குறிப்பிடப்படுகிறது.

மங்கோலியர்களின் இரகசிய வரலாற்றின் அடிப்படையில் தெமுசின் பிறக்கும்போதே கையில் இரத்தக் கட்டி ஒன்றை இறுக்கிப் பிடித்தபடி பிறந்தார் எனக் கூறப்படுகிறது.

இது பிற்காலத்தில் அவர் மாபெரும் தலைவனாக உருவாகவுள்ளதை குறிப்பிடுவதாக அறியப்பட்டது.

தெமுசின் கெரயிடு இன தொகுருவின் கூட்டாளியும், கமக் மங்கோலின் முக்கியமான கியாத் இனத்தலைவருமான எசுகெயின் என்பவரின் இரண்டாவது மகன். தாய் ஒவலுனின் முதல் மகன் ஆவார்.

மங்கோலிய ரகசிய வரலாறுபடி, தெமுசினின் தந்தை எசுகெயின் அச்சமயம்தான் தாதா தலைவர் தெமுசின் - உகேயை சிறைப்பிடித்துக் கொண்டு வந்தார்.

அந்த தாதர் தலைவரான தெமுதின் உகேயின் பெயரையே தனது மகனுக்கு பெயராக சூட்டினார் செங்கிஸ்கான்.

தெமுசினின் முதல் பகுதி பெயரான 'தெமுர்' என்பது 'இரும்பு சார்ந்த' எனப் பொருள்படும் மங்கோலிய வார்த்தையிலிருந்து பெறப்படுகிறது.

அதே நேரத்தில் பின்பாதி பெயரான 'சின்' என்பது செயலைக் குறிக்கிறது. எனவே தெமுசின் என்பது 'கொல்லர்' எனப் பொருள்படுகிறது.

செங்கிஸ்கானின் வாழ்க்கையானது நம்பிக்கை துரோகங்களாலும் சூழ்ச்சிகளாலும் நிறைந்திருந்தது. இதற்கு உதாரணமாக அவரது முன்னாள் நண்பனான சமுக்காவுடன் ஏற்பட்ட மோதல், தொகுருலுடன் ஏற்பட்ட மோதல், அவரது மகன் சூச்சி, செங்கிஸ்கானுக்கும்

அவரது தம்பி கசருக்கும் இடையே ஏற்பட்ட விரிசல் போன்றவற்றை குறிப்பிடலாம்.

செங்கிஸ்கானின் இராணுவ யுக்தி தகவல் சேகரிப்பிலும் எதிரிகளின் எண்ணங்களை யூகிப்பதிலும் கவனம் செலுத்தின. இதற்கு அவர் ஒற்றர்களையும் யாம் வழி அமைப்புகளையும் பயன்படுத்தினார். தான் எதிர் கொண்ட எதையும் முக்கியமாக முற்றுகைப் போர் முறையை சீனர்களிடம் இருந்து கற்றுக் கொண்டார்.

கி.பி.1206ல் மெர்கிடுகன், நைமர்கள், மங்கோலியர்கள், கெரயாடுகள், தாதர்கள், உய்குர்கன் மற்றும் பல சிறு பழங்குடியினரை தனது ஆட்சி யின் கீழ் இணைத்தார் அல்லது அடி பணிய வைத்தார். இது ஒரு மகத்தான சாதனையாக இருந்தது.

இதன் மூலம் முன்னர் போரிட்டுக் கொண்டிருந்த பழங்குடிகளை இணைத்து ஒரே அரசியல் மற்றும் இராணுவ சக்தியாக்கினார். இந்த கூட்டமைப்பில் இருந்தவர்கள் அனைவரும் மங்கோலியர்கள் என்று அழைக்கப்பட்டனர். அவர்களின் தலைவனாக கான் பட்டத்துடன் செங்கிஸ்கான் என்று தெமுசின் அழைக்கப்பட்டார்.

செங்கிஸ்கான் தெங்கிரி மதத்தைப் பின்பற்றினார். எனினும் மற்ற மதங்களிடம் சகிப்புத் தன்மையுடன் நடந்து கொண்டார்.

மற்ற மதங்களில் காணப்படும் தத்துவங்கள் மற்றும் தரும பாடங்களை அறிந்து கொள்வதில் ஆர்வம் கொண்டார்.

பௌத்த துறவிகள், இசுலாமியர்கள், கிறிஸ்தவர்களிடமும் தாவோ யிசத்தை சேர்ந்த சியுசுஜியிடமும் அறிவுரை பெற்றார்.

நியான்சங் என்பவர் தாம் எழுதிய நூலில் செங்கிஸ்கானின் மத நல்லிணக்கம் குறித்த செய்திகளை கூறியுள்ளார்.

ஜென் புத்த மதத் துறவியான ஹையுன் என்பவரை சீனத் தளபதி ஒருவர் செங்கிஸ்கானிடம் அறிமுகம் செய்தார். அந்த சந்திப்புக்கு பிறகு செங்கிஸ்கான் ஒரு ஆணையிட்டார்.

“இவர்கள் உண்மையிலேயே சொர்க்கத்திடம் வழிபடுகிறவர்கள். இவர்களுக்கு உணவு மற்றும் உடை வழங்கி தலைவர்களாக ஆக்க வேண்டும். நான் இவர்களைப் போல பல பேர்களை சேர்க்க திட்ட

மிட்டுள்ளேன். சொர்க்கத்தில் வழிபடும்போது இவர்களுக்கு எந்த சிரமமும் இருக்கக் கூடாது. எனவே இவர்களுக்கு ஏற்படும் அசௌகரியங்களுக்கு நான் பொறுப்பேற்கிறேன்" என்றார்.

செங்கிஸ்கான் ஏற்கனவே அந்த புத்த மதத் துறவி ஹையுனை 1214ல் சந்தித்து இருந்தார்.

மங்கோலிய முறையில் முடி வளர்க்க மறுத்த அவரது பதில் மூலம் செங்கிஸ்கான் ஈர்க்கப்பட்டார். அவரது முறையான மொட்டையை வைத்துக் கொள்ள அனுமதி அளித்தார்.

1220ல் தனது குரு ஜோங்குவானின் இறப்புக்குப் பிறகு செங்கிஸ் கானின் ஆட்சியில் ஹையுன்சான் பள்ளிக்கு தலைமை தாங்கினார்.

1257 வரை வந்த அனைத்து கான்களாலும் சீன புத்த மதத்திற்கு தலைமைத் துறவியாக தொடர்ந்து அங்கீகரிக்கப்பட்டார்.

1257ல் மங்கோலியர்களால் நியமிக்கப்பட்ட ஷாவோலின் மடாலயத்தின் மற்றொரு சான் குருவான ஷுயேயுங்ஃபுயு தலைமைக் குருவாக நியமிக்கப்பட்டார்.

1222ல் செங்கிஸ்கான் தாவோயியக் குருவான சியுசுஜியை (1148-1227) ஆப்கானிஸ்தானுக்கு வரவழைத்துச் சந்தித்தார்.

தன்னுடைய அழைப்பை ஏற்றதற்கு நன்றி தெரிவித்தார். அவர் தன்னுடன் சாகா வரத்திற்கான மருந்தை கொண்டு வந்து இருக்கிறாரா என வினவினார். ஆனால் அவரோ சாகாவரத்திற்கான மருந்து என்று எதுவும் கிடையாது என்று கூறினார். செங்கிஸ்கான் அவருடைய நேர்மையான பதிலை பாராட்டினார்.

பின்னர் அவரை எல்லையற்ற சொர்க்கம் என்று அழைப்பது அவரா அல்லது மற்றவர்களா என்று வினவினார். சியுசுஜி மற்றவர்கள் தான் அவ்வாறு அழைப்பதாக கூறினார். அப்போதிலிருந்து மற்றவர்கள் 'நிலைத்த' என்று தான் அழைக்க வேண்டும் என ஆணையிட்டார்.

செங்கிஸ்கானும் அவரது வாரிசுகளும் இஸ்லாத்தின் விரோதிகளாகவே இருந்து வந்தனர். இஸ்லாம் சமயத்திற்கும் தடை விதித்திருந்தனர்.

இருப்பினும் இஸ்லாமிய கோட்பாடுகள் மங்கோலியர் ஆட்சிப் பகுதியில் நுழைவதை அவர்களால் தடுக்க இயலவில்லை. இஸ்லாம் சமயத்திற்கு மாறிய முதல் மங்கோலிய இளவரசர் பராகாகான்.

பாரசீகத்தில் இல்கான் என்ற பட்டப் பெயருடன் பாரசீகத்தில் ஆட்சி புரிந்த மங்கோலிய வம்சத்திற்கு ஹுலாகுகான் அடிகோலினார்.

கீழை நாடுகளில் ஆட்சி புரிந்து கொண்டிருந்த கிறிஸ்தவ மன்னர்களை நோக்கி ஹுலாகுகான் முன்னேறிக் கொண்டிருந்தார். இருப்பினும் அவருடைய வாரிசான இல்கான் நிகேடார் அல்லது நிகோலஸ் என்பவர் ஒரு முஸ்லீமானார். கி.பி.1297ல் காஸான் என்னும் இப்கான் புத்த சமயத்தை விட்டு இஸ்லாமிற்கு மதம் மாறினார்.

இஸ்லாம் பாரசீகத்தின் அரசு சமயமானது. மங்கோலியர் அனைவரும் மதம் மாறினர். இஸ்லாமின் பகைவர்களே நாளடைவில் இஸ்லாத்திற்கு மதம் மாறி சமயக் காவலர்களாக இருந்தது வியப்புக்குரியதாகும்.

பெண்கள் நாகரீகத்தில் திளைத்திருந்தனர். இவையெல்லாம் காட்டு மிராண்டிகளான மங்கோலியர்கள் ஒரு தாக்குதலிலேயே அழிந்தனர். பெண்கள் அவமானப்படுத்தப்பட்டனர். கொரசானில் சமயத் தலைவர் களும் விஞ்ஞானிகளும் கொல்லப்பட்டனர். பொருளாதாரம் தேக்க நிலையில் காணப்பட்டது.

முஸ்லீம்கள் மங்கோலியர்களைக் கண்டு அச்சமுற்றதால் எதிர்த்துப் போராடவில்லை. ஒரு மங்கோலிய வீரன் தனித்திருந்தே 300 பேரை கைது செய்த நிலைமை காணப்பட்டது. மங்கோலியப் பெண்கள் கொரசானின் வீடுகளில் புகுந்து கொள்ளையடித்தனர். இவற்றையெல்லாம் அந்நகர வாசிகள் எதிர்க்காமல் பார்த்துக் கொண்டே இருந்தனர்.

மங்கோலியர்களின் படையெடுப்புகளால் பாக்தாத், பாரசீகம் போன்ற நகரங்கள் தவிடு பொடியானது. பல விலைமதிக்க முடியாத நூல்களும் சின்னங்களும் அழிந்தன. எனினும் இஸ்லாமிய அரசுகளாக எகிப்து துருக்கி ஆகியவை வலுவடையதாகவே திகழ்கின்றன. காலப் போக்கில் தங்கள் காட்டுமிராண்டித் தனத்தை வெறுத்த மங்கோலியர் அரசர்கள் இஸ்லாமியத்திடம் முழுமையாக அடைக்கலம் புகுந்தனர்.

✷

3

பேரழிவுகளின் பேரரசன்

உலக வரலாற்றிலேயே குறிப்பிடத் தக்க ஆட்சியாளராக கருதப்படும் ஒருவரில் செங்கிஸ்கானைத் தவிர்க்க முடியாது.

பதின்மூன்றாம் நூற்றாண்டின் துவக்கத்தில் உலகத்தையே நடுங்கச் செய்த செங்கிஸ்கான் வடகிழக்கு ஆசியா வில் தோன்றினார்.

தாம் படையெடுத்துச் சென்ற வழியெல்லாம் பேரழிவுகளையும் பலத்த உயிர் சேதங்களையும் ஏற்படுத்தி கணக் கிலடங்கா நகரங்களையும் பல தேசங் களையும் தனது முன்னால் மண்டியிடச் செய்தார் செங்கிஸ்கான்.

சென்ற இடங்களிலெல்லாம் ரத்த ஆற்றை ஓடவிட்டார். எதிரிகளின் தலை

கள் துண்டிக்கப்பட்டு மலைபோல் குவிந்தன. நகரங்கள் அனைத்தும் சூறையாடப்பட்டன.

பீஜிங் முதல் மாஸ்கோ வரை தனது கட்டுப்பாட்டுக்குள் கொண்டு வந்தார்.

மங்கோலியப் பேரரசின் எல்லை மூன்று கோடி சதுர மீட்டர் பரப்பளவிற்கு பரந்து விரிந்தது.

மங்கோலிய வரலாற்றில் செங்கிஸ்கானின் வெற்றி முழக்கம் பேசப் படுவதுடன் அவரது சமுத்திரம் போல் விரிவடைந்த வாரிசுத் தடயங்கள் பெரும் வியப்பையும் கேள்விக்குறிகளையும் முன் வைக்கிறது.

கிழக்கு மங்கோலிய எல்லைக்குட்பட்ட பகுதிகளில் வசிக்கும் மக்களிடையே ஒரு சில ஆண்டுகளுக்கு முன்னர் மேற்கொள்ளப்பட்ட மரபணு ஆராய்ச்சியில் ஏறத்தாழ எட்டு சதவீத ஆண்களின் 'ஒய்' குரோமோசோம்களில் மங்கோலிய ஆட்சியாளர்களின் குடும்பத்தின் தடயங்கள் உள்ளதாக தெரிய வருகிறது.

உலகில் சுமார் ஒரு கோடியே அறுபது லட்சம் ஆண்கள் அதாவது உலக ஆண்களில் 0.5% செங்கிஸ்கானின் பரம்பரையினர் என்று கூறுகிறது இந்த ஆராய்ச்சியின் முடிவுகள்.

பாகிஸ்தானின் ஹாஜாரா பழங்குடியினப் பகுதியில் வசிக்கும் மக்களின் மரபணுக்களிலும் இதுபோன்ற தடயங்கள் தென்படுகின்றன. அந்த மக்களும் தாங்கள் மங்கோலிய இனத்தைச் சேர்ந்தவர்கள் என்றே தங்களை அடையாளப்படுத்துகின்றனர்.

இது நீங்கலாக முகல், சுக்தாய், மற்றும் மிர்ஸா போன்ற குடும்பப் பெயர்களை கொண்ட மக்கள் தாங்களும் மங்கோலிய இனத்தைச் சேர்ந்தவர்களாக கூறுகின்றனர்.

செங்கிஸ்கான் ஏராளமான பெண்களை திருமணம் செய்து கொண்டார் என்பது அவரது பிள்ளைகளின் எண்ணிக்கை கணக்கி லடங்காது என்றும் கூறப்படுகிறது. அவருக்குப் பின் அவரது மகன்கள் ஆட்சியை விரிவுபடுத்தினார்களோ இல்லையோ வம்சாவழி எண்ணிக்கை யினை பெருமளவு விரிவுபடுத்தியுள்ளனர்.

செங்கிஸ்கானுக்கு அறுபது வயதாக இருந்தபோது தனக்கு பிறகு அரசராக பொறுப்பேற்பது யார் என்பதை முடிவு செய்யும் முக்கியமான கூட்டணி கூட்டினார்.

முதல் மனைவி மூலம் பிறந்த ஜோசி, ஒக்தாயி, சுக்தாயி, தோலி ஆகிய நான்கு மகன்களை கூட்டத்திற்கு அழைத்த செங்கிஸ்கான் அவர்களிடம் பேசினார்.

ஒரு நாட்டுக்கு ஒற்றைத் தலைமையின் அவசியத்தை உணர்த்த அவர் விரும்பினார். தனது மகன்களிடம் அதனை வலியுறுத்தும் விதமாக ஒரு கதையினை விவரித்தார்.

எனது மகன்கள் அனைவரும் அரசராக விரும்பினால், ஒருவரின் கீழ் மற்றவர்கள் பணியாற்ற மறுத்தால், அது இரண்டு பாம்புகள் பற்றிய பழைய கதையினை நினைவூட்டுவதாக இருக்கும். அந்தக் கதையில் ஒரு பாம்புக்கு பல தலைகள் இருக்கும். மற்றொரு பாம்புக்கு ஒரு தலையும் பல உடல்களும் இருக்கும்.

பல தலைகள் கொண்ட பாம்புக்கு பசியெடுத்து அது இதை தேட இளம்பினால், எந்த வழியாக செல்லலாம் என்று அதன் பல தலை களுக்கும் கருத்து வேறுபாடும் - ஒத்த கருத்து ஏற்படாத காரணத்தால் எங்குமே செல்ல முடியாமல் இறுதியில் பட்டினாயிலேயே பல தலை பாம்பு இறந்து விடும்.

ஆனால் ஒற்றைத் தலையும் பல உடல்களும் கொண்ட பாம்புக்கு இந்த பிரச்சனை இல்லை. அது பல உடல்களுக்கு தேவையான உணவை உட்கொண்டு நிம்மதியாக வாழ்ந்தது.

அந்தக் கதையினை கூறி முடித்த செங்கிஸ்கான் தனது மூத்த மகன் ஜோசிகானை உரையாற்ற அழைத்தார். இதன் பொருள் பிற சகோதரர்கள் ஜோசிகானின் தலைமையை ஏற்றுக் கொள்ள வேண்டும் என்பதே. இது இரண்டாவது மகன் சுக்தாயிக்கு பிடிக்கவில்லை.

நீங்கள் ஜோசியை உரையாற்ற அழைப்பதால் அவனையே அரசனாக்க முடிவு செய்து விட்டீர்கள் என்று பொருள் கொள்ளலாமா? தவறான வழியில் பிறந்த அவனை எங்கள் தலைவராக எப்படி ஏற்றுக் கொள்ள முடியும்? என்று இருக்கையில் இருந்து எழுந்து நின்று தந்தையிடம் தனது எண்ணத்தை வெளியிட்டார்.

இரண்டாவது மகன் சுக்தாயி குறிப்பிட்டுச் சொல்ல விரும்பியது நாற்பது ஆண்டுகால பழைய கதை.

செங்கிஸ்கானின் முதல் மனைவி போர்தா காதூன் எதிரிகளால் கடத்தப்பட்டார். 1161ஆம் ஒல்கோத் பழங்குடியினத்தில் பிறந்த போர்தாவுக்கும் தைமூஜினுக்கும் (செங்கிஸ்கானின் உண்மை பெயர்) சிறு வயதிலேயே திருமணம் நிச்சயமாகி விட்டது. திருமணம் நடக்கும்போது போர்தாவுக்கு 17 வயது. செங்கிஸ்கானுக்கு 16 வயது.

திருமணமான சில நாட்களிலேயே செங்கிஸ்கானின் எதிரிகள், செங்கிஸ்கானின் குடும்பத்தினர் மீது தாக்குதல் நடத்தினார்கள். அவரது தம்பிகள் மற்றும் தாயுடன் செங்கிஸ்கான் தப்பித்தாலும் அவரது மனைவி போர்தா மட்டும் அகப்பட்டுக் கொண்டார்.

உண்மையில் போர்தாவை கடத்துவதே தாக்குதல் நடத்தியவர்களின் நோக்கம் இந்த கடத்தலின் பின்னணியில் இருப்பதோ மற்றுமொரு கடத்தல் கதை.

செங்கிஸ்கானின் தந்தை, தங்கள் இனத்திற்கு எதிரியாக இருந்த மற்றொரு பழங்குடி இனத்தைச் சேர்ந்த பெண்ணை கடத்திக் கொண்டு வந்து திருமணம் செய்து கொண்டார். அவர்தான் செங்கிஸ்கான் தாய்.

செங்கிஸ்கான் தாயான தங்கள் இனப்பெண் கடத்தப்பட்டதை பல ஆண்டுகளாகியும் மறக்காதவர்கள் பழி தீர்த்துக் கொள்வதற்காக செங்கிஸ்கானின் மனைவியை கடத்தினார்கள். மாட்டுவண்டி ஒன்றில் மறைந்திருந்த போர்தாவை கண்டுபிடித்து குதிரையில் ஏற்றிக் கொண்டு விரைந்தார்கள் கடத்தல்காரர்கள்.

செங்கிஸ்கான் தனது மனைவியை தேடும் வேட்டையைத் தொடங்கினர். அவரது மனைவியை கடத்திய கானாபதோஷ் மர்கத் பழங்குடியினத்தவர் ஆசிய கண்டத்தின் பல ஆயிரம் மைல்கள் பரப்பளவிலான சமவெளிகளில் வசித்து வந்தனர்.

மனைவியைத் தேடி நீண்ட பயணம் மேற்கொண்ட தைமூஜின் எனும் செங்கிஸ்கான் ஆட்களையும் திரட்டினார்.

இறுதியில் அவர் தனது மனைவியை போரிட்டு மீட்டு வந்து விட்டார். செங்கிஸ்கான் வாழ்நாளில் தனது மனைவியை அவர்கள் கடத்திய

விவகாரத்தை மிகவும் துயரமான சம்பவமாகவே கருதி வந்தார்.

ஏனெனில் இளம் வயதில் மனைவியைத் தேடி செங்கிஸ்கான் மேற்கொண்ட பயணமும் அனுபவமுமே பிற்காலத்தில் அவர் நீண்ட தொலைவு பயணித்து உலகின் மிகப் பெரிய சாம்ராஜ்யத்தை உருவாக்க அவருக்கு அடித்தளம் அமைத்துக் கொடுத்தது.

கடத்தப்பட்ட எட்டு மாதங்கள் கழித்து மீட்கப்பட்ட போர்தா சில மாதங்களிலேயே ஜோசியை பெற்றெடுத்தார்.

ஜோசியின் பிறப்பு பற்றி பல சர்ச்சைகளும் வதந்திகளும் தொடர்ந்த போதிலும் அதை பொருட்படுத்தாத செங்கிஸ்கான் ஜோசியே தனது மூத்த மகன் என்பதிலும் தனக்கு பிறகு அரியணை ஏறும் உரிமை மூத்த மகனுக்கே உண்டு என்பதில் அவர் உறுதியாக இருந்தார்.

ஆனால் நாற்பது ஆண்டுகளுக்கு பிறகு போர்தாவின் வயிற்றில் பறந்த மகன்களே மூத்த சகோதரனின் பிறப்பு பற்றி கேள்வி எழுப்பியதை செங்கிஸ்கானால் ஜீரணிக்க முடியவில்லை.

தனது இளைய சகோதரன் சுக்தாயி தன் மீது சுமத்திய அவதூறை பொறுக்க முடியாத ஜோசி, தம்பியின் கன்னத்தில் ஓங்கி அறைந்து விட்டார். இருவருக்குமிடையே மூண்ட சண்டையை தீர்த்து வைக்க அனைவரும் முயன்றனர்.

மூத்த மகன் ஜோசி அரியணை ஏறுவதற்கு ஏற்படக் கூடிய தடைகளை உணர்ந்து கொண்டார் செங்கிஸ்கான்.

சகோதரர்கள் இடையிலான மோதல் நாட்டை பிளவுபடுத்தும் என்று செங்கிஸ்கான் கவலையடைந்தார்.

மூத்த சகோதரர்கள் இருவரையும் விடுத்து மூன்றாவது மகனான ஒக்தாயியை அரசராக்கலாம் என்று இரண்டாவது மகன் சுக்தாயி முன் வைத்த திட்டத்திற்கு சகோதரர்கள் அனைவரும் ஒப்புக் கொண்டனர்.

இது செங்கிஸ்கானுக்கு வருத்தத்தை ஏற்படுத்தினாலும் வேறு வழியில்லை என்ற நிலைமை ஏற்பட்டது. அந்த சம்பவத்திற்கு பிற பல நூற்றாண்டுகளுக்கு பிறகு செங்கிஸ்கானின் வழித் தோன்றல்கள் கோடிக்கணக்கில் இருப்பதாக கூறப்படுவது இன்றளவும் சர்ச்சைக்குரிய தாகவே இருக்கிறது.

மத்திய ஆசியாவை நடுநடுங்க வைத்த மேலாண்மைமிக்க பேரரசு என்று மங்கோலியப் பேரரசு வரலாற்றில் வர்ணிக்கப்படுகிறது.

அனல் கொதிக்கும் இந்த வரலாற்றினை வாசிக்கும்போது மிருகத் தனமான பண்பாடுகளை உடைய நம்ப முடியாத வீரம், போர்த்திறமை என்பவற்றை தமது பிறப்பியல் பண்பாகக் கொண்டவர்கள்தாம் மங்கோலியர் என்றால் வியப்பாக இருக்கிறது.

தாத்தாரிகள் என்போர் யாரோ அவர்களே மங்கோலியர்கள் என சில சரித்திர ஆசிரியர்கள் விளக்குகின்றனர். ஆனால் மங்கோலியினர் எனப்படு வோர் ஒரு கலப்பினம். இந்த கலப்பினத்தில் தாத்தாரி இனமும் உள்ளடக்கம் என்பதுதான் சரியானது என்ற வாதமும் நிலை பெறுகிறது.

மங்கோலியர்களைக் கண்டு நடுநடுங்கி அவர்கள் பற்றிய அச்சத்தால் அவர்களை தம்மிடம் அடகு வைத்த முஸ்லீம் மன்னர்கள் இருந்தார்கள். பாக்தாத் நகரில் அவர்களால் மேற்கொள்ளப்பட்ட தாக்குதலுக்கு மங்கோலியரின் வீரம் பற்றியும் முஸ்லீம் மன்னர்கள் இயலாமை பற்றியும் புரிந்து கொள்ள போதுமான சான்றாகும்.

யூத கிறிஸ்தவ மஜூஸிய மதங்களின் கலவையாக தசங்கீஸ்கானது சிந்தனை காணப்பட்டதாக வரலாற்று ஆய்வாளர்கள் கூறுகிறார்கள்.

✳

4

மேற்கத்திய ஷியா கலாச்சாரத்தின் அழிவு

மங்கோலியப் படையெடுப்புகளால் முஸ்லீம் உலகம் மிகவும் பாதிப் படைந்தது என்பதில் மாற்றுக் கருத்து ஏதுமில்லை.

மங்கோலியர்களின் தீவிரவாத தாக்குதல் முஸ்லீம்களின் அரசியல், சமூகம், பொருளாதாரம், பண்பாடு மற்றும் சமயம் ஆகியவற்றின் மீது தீவிரமான செல்வாக்கை படர வைத்திருந்தது.

முஸ்லீம் அரசு கலீபாவின் தலைமையில் இல்லை என்பதும், பிரதமர் அமைச்சர்களின் ஆதிக்கத்தில் உள்ளது என்றும் தெரிய வந்தது. ஐந்து நூற்றாண்டு காலம் ஆட்சி செய்த அப்பாஸிடு சுல்தான்களின் ஆதிக்கம் முடிவு பெற்றது.

சிதறிய பேரரசில் இருந்து பல சிறிய

அரசுகள் தோன்றின. எகிப்தில் சுல்தான் பேபர்ஸ் சக்தி வாய்ந்தவராக விளங்கினார். துருக்கிய அமீர்களான துருக் உதுமானிய துருக்கியர் புகழ் பெற்று ஆட்சி செய்தனர்.

முஸ்லீம்களின் கலைப் பெட்டகங்கள் படையெடுப்பினால் அழிந்தன. கட்டிடங்களும், மசூதிகளும், மாளிகைகளும் தரைமட்டமாயின. இலக்கியம், சிற்பம் போன்ற கலைப் பொக்கிஷங்கள் டைக்கீஸ் நதியில் தூக்கி எறியப்பட்டன.

நூறு வருடங்களுக்குப் பின்னர் அப்பகுதிக்கு விஜயம் செய்த இப்னு-படூடா அந்த அழிவுகளைக் கண்டு தமது நூலில் விரிவாக எழுதியுள்ளார்.

பல நூற்றாண்டுகளாக கலீபாக்கள் சேர்த்து வைத்திருந்த பொக்கிஷங்கள், கட்டிடங்கள், மாட மாளிகைகள், கல்விச் சாலைகள் முதலியவை உலகோர் வியக்கும் வண்ணம் இருந்தது. பேரரசு நாகரீகத் துக்கும் வணிகத்துக்கும் புகழ் பெற்றிருந்தது.

சின் அரச மரபின் மன்னரும் உதவிக்கு வர மறுத்தார். பேரரசர் லி அன்குவான் கி.பி.1210 சனவரியில் மங்கோலிய ஆட்சிக்கு அடி பணிந்தார்.

தனது விசுவாசத்தை காட்ட தன் மகள் சகாவை செங்கிஸ்கானுக்கு மணம் முடித்து கொடுத்தார். ஒட்டகங்கள் வல்லூறுகள் மற்றும் துணி மணிகள் காணிக்கையாக கொடுக்கப்பட்டன.

சுமார் 10 வருடங்களுக்கு மேற்கத்திய சியா மங்கோலியர்களுக்கு கப்பம் கட்டியது மங்கோலியா - சின் போரில் உதவி செய்தது.

ஆனால் செங்கிஸ்கான் கி.பி.1219ல் குவாரசமியாவின் மேல் படையெடுத்த போது மேற்கத்திய சியா மங்கோலியப் பேரரசில் இருந்து விலகியது.

சின் மற்றும் சாங் அரச மரபுகளுடன் கூட்டு வைத்துக் கொண்டது. இந்த நம்பிக்கை துரோகம் காரணமாக செங்கிஸ்கானுக்கு கோபம் ஏற்பட்டது. இதற்கு தண்டனையாக கி.பி.1225ல் இரண்டாவது முறை யாக மேற்கத்திய சியா படையெடுப்புக்கு உள்ளானது.

செங்கிஸ்கான் மேற்கத்திய சியாவின் கலாச்சாரத்தை ஒட்டு மொத்த மாக அழிக்க நினைத்தார். மேற்கத்திய சியாவின் நகரங்களும் நாட்டுப்

புறமும் திட்டமிடப்பட்டு அழிக்கப்பட்டன.

கி.பி.1227ல் தலைநகரம் முற்றுகையிடப்பட்டது. இந்த முற்றுகையின் முடிவில் செங்கிஸ்கான் உடல்நலக் குறைவால் இறந்தார். இவரது இறப்பிற்குப் பின் இன்சுவான் மங்கோலியர்களிடம் வீழ்ந்தது.

மங்கோலியர்களின் மேற்கத்திய சியா படையெடுப்பானது மங்கோலியப் பேரரசுக்கும் மேற்கத்திய சியா வம்சத்திற்கும் நடைபெற்ற தொடர் போர்களாகும்.

கொள்ளையிடுவதற்கும் ஒரு சக்தி வாய்ந்த கப்பம் கட்டும் நாட்டைப் பெறுவதற்கும் மங்கோலிய தலைவர் செங்கிஸ்கான் ஆரம்பத்தில் சிறு சிறு தாக்குதல்களை மேற்கத்திய சியாவுக்கு எதிராக நடத்தினார்.

பின்னர் கி.பி. 1209ல் முழு படையெடுப்பை நடத்தினார். இதுவே செங்கிஸ்கான் ஆரம்பித்த முதல் பெரிய படையெடுப்பாகும். மங்கோலியர்களின் சீனப் படையெடுப்பிற்கு இதுவே ஆரம்பம் ஆகும். ஒரு வருடத்திற்கு மேற்கத்திய சியாவின் தலைநகரமான இன்சுவான் முற்றுகையிடப்பட்டது. நகரை எப்படிக் கைப்பற்றுவது என்பது மங்கோலியர்களுக்கு புரியவில்லை. அவர்களிடம் குதிரையும் வில்லம்புகள் மட்டுமே இருந்தன.

இதனால் ஒரு நேரத்தில் மஞ்சள் நதியை நகருக்குள் திருப்பி விட முடிவு செய்யப்பட்டது. ஆனால் அத்திட்டத்திற்காகப் போடப்பட்ட தடுப்பரண் உடைந்து மங்கோலியர்களின் கூடாரங்களுக்குள் வெள்ளம் புகுந்தது.

இதனால் மங்கோலியர்கள் உயரமான பகுதிகளுக்கு செல்ல வேண்டிய நிர்பந்தம் ஏற்பட்டது. அத்திட்டம் தோல்வியில் முடிந்தது.

இவ்வாறு நடந்தபோதிலும் மங்கோலியர்கள் மேற்கத்திய சியாவுக்கு பிரச்சனையாக இருந்து வந்தனர். மேற்கத்திய சியாவின் பயிர்கள் அழிக்கப்பட்டன.

✺

கி.பி.1197ஆம் ஆண்டு சின் வம்சத்தினர் கெரயிடுகள் மற்றும் மங்கோலியர்களுடன் சேர்ந்து தங்களது முன்னாள் கூட்டாளிகளான தாதர்களை தாக்கினர். தெமுசின் இத்தாக்குதலின் ஒரு பகுதியை ஏற்று நடத்தினார். போரின் முடிவில் தெமுசினும் தொகுருலும் தங்களது பழைய பதவிக்கு சின் வம்சத்தவரால் உயர்த்தப்பட்டனர்.

தொகுருலுக்கு ஓங்கான் என்ற பட்டமும் தெமுசினுக்கு அதைவிட குறைந்த மதிப்புடைய சவுத்குரி என்ற பட்டமும் சின் வம்சத்தவரால் வழங்கப்பட்டது.

கி.பி.1200ல் மங்கோலியக் கூட்டமைப்புக்கு மேற்கில் நைமர்களும் வடக்கில் மெர்கிடுகளும் தெற்கில் தாங்குருகளும் கிழக்கில் சின்களும் முக்கிய எதிரிகளாயிருந்தனர்.

தெமுசின் தனது ஆட்சியிலும் எதிரிப் பழங்குடியினரை வெல்லும் போதும் பல வழிகளில் மங்கோலியப் பழக்க வழக்கங்களை உடைத்தார்.

குடும்ப உறவுகள் அடிப்படையில் பதவிகளை வழங்கினார். எதிரிப் பழங்குடியினரை தோற்கடித்தபோது அவர்களது படைவீரர்களை விரட்டி விடவோ மக்களை விட்டு விடவோ செய்யவில்லை.

பதிலாக வெல்லப்பட்ட பழங்குடியினரை தனது பாதுகாப்பு வளையத்திற்குள் வரவழைத்தார். அவர்களை தனது இனத்துடன் இணைத்தார். தனது தாயும் போரில் அனாதையான மற்ற இனக் குழந்தைகளை தத்தெடுக்குமாறு செய்தார்.

செங்கிஸ்கானுக்கு அனாதைக் குழந்தைகள் மேலான அனுதாபம் அவரது குழந்தை பருவ அனுபவங்கள் காரணமாக இருக்கலாம் என்று நம்பப்படுகிறது. தோல்வியுற்றவர்களுக்கு மத்தியில் செங்கிஸ்கானின் மேல் விசுவாசம் பெருகியது. அவரது பலம் ஒவ்வொரு வெற்றியின் முடிவிலும் அதிகமாகியது.

தொகுருவின் மகன் செங்குமுக்கு செங்கிஸ்கான் தனது தந்தையின் நட்பில் இருப்பது பொறாமையை ஏற்படுத்தியது.

அவன் செங்கிஸ்கானை கொல்லத் திட்டமிட்டான். தொகுருல் பலமுறை செங்கிஸ்கானால் காப்பாற்றப்பட்டிருந்தும் இந்த விசயத்தில் தன் மகனின் பேச்சை கேட்க ஆரம்பித்தார்.

அதன் எதிரொலியாக செங்கிஸ்கானுடன் ஒத்துழைக்க மறுத்து வந்தார். செங்குமின் எண்ணத்தை அறிந்த செங்கிஸ்கான் அவனையும் அவனது விசுவாசிகளையும் போரிட்டுத் தோற்கடித்தார்.

ஒருமுறை செங்கிஸ்கான் தனது மகன் சூழ்ச்சிக்கு தொகுருவின் மகளையும் தனது மகளுக்கு செங்குமின் மகனையும் திருமணம் செய்ய கேட்டார்.

இதற்காக அனுப்பப்பட்ட செங்கிஸ்கானின் தூதுவர்களிடம் செங்கிஸ்கான் தன் வேலைக்காரன் என்றும் தன் மகளை நெருப்பில் எரித்தாலும் பிரிப்பேனே தவிர அவன் மகனுக்கு கொடுக்க மாட்டேன் என்றும் தொகுருல் கூறினார்.

தான் எவ்வளவுதான் விசுவாசமாக நடந்து கொண்டிருந்தபோதிலும் தன்னை சமமாக நடத்தாததை செங்கிஸ்கான் உணர்ந்தார்.

இதன் காரணமாக இருவருக்கும் இடையில் மனக்கசப்பு ஏற்பட்டது. பின் போராக வெடித்தது. தொகுருல் ஏற்கனவே செங்கிஸ்கானை எதிர்த்த சமுக்காவுடன் இணைந்தார். எனினும் தொகுருலுக்கும் சமுக்கா வுக்கும் இடையிலான பிரச்சனை மற்றும் குறிப்பிடத்தக்க எண்ணிக்கை யிலான நட்பு இனங்கள் அவர்களை விட்டு பிரிந்த காரணத்தால் போரில் அவர்களுக்கு தோல்வியே கிடைத்தது.

சமுக்கா போர் நடந்து கொண்டிருந்த போது தப்பித்துச் சென்றான். இப்போரின் தோல்வி கெரயிடு இனத்தின் வீழ்ச்சிக்கு காரணமாக அமைந்தது. இறுதியில் இவ்வினம் கலைக்கப்பட்டது.

செங்கிஸ்கானுக்கு எதிரிகளான நைமர்களிடம் சமுக்காவும் அவனது படையினரும் தஞ்சமடைந்தனர். சமுக்காவை அவரது சதரன் இனம், நைமர்கள், தாய்சியுடு, இகிரேஸ், கொரோலாஸ், சல்சியுது, தர்பது, சுல்துஸ், கட்சின், பெசுது, மெர்கிடு, ஒயிரடு மற்றும் தாதர்கள் ஆகிய 13 பழங்குடி இனத்தவர் ஆதரித்தனர்.

கி.பி. 1204ல் இலையுதிர்க் காலத்தில் செங்கிஸ்கான் கெர்லான் ஆற்றின் ஓரத்தில் கென்டீ மலைகளை நோக்கி தனது படைகளுடன் பயணித்தார். மங்கோலியர் எண்ணிக்கையில் மிகக் குறைவாக இருந்தனர். அவர்கள் பயணத்தின் காரணமாக மிகவும் களைத்திருந்தனர்.

இதற்காக செங்கிஸ்கான் ஒரு யோசனை கூறினார். இரவு நேரத்தில் குளிருக்காக நெருப்பிற்கு பதிலாக 5 நெருப்புகள் மூட்டப்பட்டன. மலையுச்சியில் பாதுகாப்பிற்காக நின்ற நைமர்களின் படைவீரர்கள் இதைக் கண்டனர்.

தங்கள் தலைவர் 'தயங்' கிடம் வானத்திலுள்ள விண்மீன்களை விட அதிகமான எண்ணிக்கையில் நெருப்புகளை மூட்டி மங்கோலியர்கள் குளிர் காய்வதாக கூறினர். தயங் அவசரமாக விலகிக் கொள்ள முடிவெடுத்தார்.

உலகின் 2.4 கோடி சதுர கி.மீ. பரப்புள்ள பகுதியை வெல்ஸ் போகும் அந்தப் படையை சந்தித்த முதல் நபர் சமுக்காதான்.

இப்போரில் தான் சமுக்கா செங்கிஸ்கானின் நான்கு வேட்டை நாய்களைப் பற்றி 'தயங்'கிற்கு கூறினார்.

பல ஆண்டு யுத்தங்களில் பலர் சமுக்காவை விட்டுப் பிரிந்தனர். கி.பி. 1206ல் சமுக்கா தனது சொந்த படை வீரர்களால் செங்கிஸ்கானிடம் காட்டிக் கொடுக்கப்பட்டனர்.

செங்கிஸ்கான் மீண்டும் சமுக்காவுடன் நட்பு கொள்ள விரும்பினார். தலைவனைக் காட்டி கொடுத்த விசுவாச மற்றவர்களுக்கு தனது படையில் இடமில்லை என்று கூறி செங்கிஸ்கான் அப்படை வீரர்களைக் கொன்றார்.

நட்பை ஏற்றுக் கொள்ள மறுத்த சமுக்கா ஒரு வானத்தில் ஒரு சூரியன் தான் இருக்க முடியும் என்று கூறி தனக்கு நல்ல இறப்பை வேண்டினான். வழக்கப்படி ரத்தம் தரையில் விழாமல் இறக்க வேண்டும். முதுகெலும்பை உடைத்ததன் மூலம் சமுக்கா இறந்தார்.

செங்கிஸ்கான் வீரர்களை கொப்பரையில் அமுக்கிக் கொன்றிருப்பதாக அறியப்பட்டிருந்தும் சமுக்கா இவ்வகையான இறப்பை விரும்பினார் என்று 'இரகசிய வரலாறு' பதிவுகள் கூறுகின்றன.

✻

6

கலீபாவின் ஆட்சிக்கு எதிரான கலகம்

மங்கோல் என்ற சொல்லுக்கு தைரியம், துணிச்சல் என்று பொருள் கொள்ளலாம். அந்தச் சொல் முகல் அல்லது மோகல் என்றும் உச்சரிக்கப் பட்டது.

மங்கோலியர்கள் பர்கானாவின் கிழக்கு எல்லைகளிலிருந்து மேற்கில் ஆமூர் நதிவரையிலும் பரவி இருந்த கரடுமுரடான மலைப்பிரதேசத்தின் குடிமக்களாவர்.

அரேபியாவில் அப்பாஸிடுகளின் அரசு அழியக் காரணம் இரண்டு முக்கிய விசயங்கள். முதலாவது கடைசியில் ஆண்ட அப்பாஸி கலீபாக்கள் கோழை களாகவும் திறமையற்றவர்களாகவும் இருந்தனர். இதனால் பேரரசு நசிந்தது.

இரண்டாவது மங்கோலியாவில் இருந்து புறப்பட்ட முரட்டுக் கூட்டமான மங்கோலியர்கள் கி.பி.1215ல் செங்கிஸ்கான் தலைமையிலும் கி.பி.1253ல் அவருடைய பேரனான ஹிலாகுகான் தலைமையிலும் அப்பாஸிடு பேரரசின் மீது படையெடுப்பு நடத்தினர்.

நாடோடிகளாகவும் முரட்டு கூட்டங்களாகவும் குதிரை வீரர்களாக வும் இருந்த கூட்டங்களை செங்கிஸ்கான் ஒன்று திரட்டி அவர்களுக்கு நாட்டுப் பற்றை ஊட்டி ஒன்றுபட்ட மங்கோலியாவை உருவாக்க முனைந்தார். அவரையே தலைவராகவும் ஏற்றுக் கொண்டனர்.

மங்கோலிய வீரர்கள் அம்பு எய்வதிலும் இரத்தம் சிந்துவதிலும் அழிப்பதிலும் நிகரற்றவர்கள். கொலை, கொள்ளை புரிவதிலும் இரக்கம் காட்டவில்லை. பெருமகிழ்ச்சியே கொண்டார்கள்.

அவர்கள் சென்றவிடமெல்லாம் மரணம், தீ வைப்பு, நாசம் ஏற்பட்டது. இருந்தாலும் செங்கிஸ்கான் மீது மரியாதையும் அவருடைய தலைமைக்கு கீழ்படிந்தும் இருந்தனர்.

மங்கோலியர்கள் நாடோடிகளாகவும் ஒற்றுமை இன்றியும் கூட்டம் கூட்டமாகவும் சமூகக் கட்டுப்பாடு இன்றி திரிந்து வந்தனர். அவர்களுக் கிடையே சண்டைகளும் விரோதமும் இருந்தது. இப்படிப்பட்ட கூட்டத்திலிருந்து வந்தவர்தான் செங்கிஸ்கான்.

அவருடைய தந்தை 4000 குடும்பங்களுக்கு தலைவனாக இருந்தவர். அவருடைய கூட்டத்தினராலேயே அவர் இறுதியில் கொல்லப்பட்டார். செங்கிஸ்கானும் பல இன்னல்களுக்கு ஆளான நிலையில் தனது பதின்மூன்றாம் வயதில் ஒரு கூட்டத்தினை சேர்த்துக் கொண்டு தனது எதிரிகள் அனைவரையும் கொன்றார்.

குறுகிய காலத்திற்குள் கோபி பாலைவனத்தையும் அதன் குடிமக்களை யும் தமது ஆட்சியின் கீழ் கொண்டு வந்தார். கான் என்ற பட்டத்தை சூட்டிக் கொண்டார்.

நிர்வாகத் திறமையும் வீரமும் கொண்ட செங்கிஸ்கான் தமது திறமை யால் நாடோடிக் கூட்டத்தினரை ஒன்றுபடுத்தினார். அவர்களுக்கு தேசிய உணர்ச்சியை ஊட்டி அவர்களுக்கு ஒரு நாட்டை தந்தார். மங்கோலியர் களுக்கு உலகளவில் ஒரு அங்கீகாரம் தந்தவர் செங்கிஸ்கான். அவர் உருவாக்கிய நிறுவனங்களும் சட்ட திட்டங்களும் அவருக்குப் பிறகு பல

தலைமுறைகள் வரையிலும் நீடித்து நிலைத்து இருந்தன.

ஆரம்பத்தில் ஒரு சிற்றரசாக சீனாவின் தலைமையில் இருந்த செங்கிஸ்கான் திடீரென அந்நாட்டின் மீது படையெடுத்தார்.

பலவீனமுள்ள சீனாவின் நகரங்கள் தொண்ணூறை கைப்பற்றிக் கொண்டால் சீனாவுடன் ஒரு தலைபட்சமான உடன்படிக்கையில் கையெழுத்திட்ட செங்கிஸ்கான் பெருந்தொகையை கப்பமாகவும் பெற்றார். அத்துடன் நில்லாது பீகிங் மீது படையெடுத்து அதையும் மேலும் ஐந்து வடபுற மாநிலங்களையும் கைப்பற்றிக் கொண்டார். அவருடைய தலைமையில் மங்கோலியர்கள் உலகிலேயே மிகவும் சக்தி வாய்ந்தவர்களாக இருந்தனர்.

அப்பாஸிடுகளின் பேரரசு நலிவுற்ற காலம் அது. கலீபா தனது அதிகாரங்களை இழந்து சுல்தானின் கைப்பாவையாக மாறினார். எகிப்து சிரியா, ஈராக் ஆகிய நாடுகளில் எல்லாம் கடும் வரிச் சுமைகள் தாலா மாட்டாது மக்கள் தவித்தனர்.

இவற்றைப் பற்றியெல்லாம் கவலைப்படாமல் மெக்கா மதீனா நகரின் அமீர்களான கதாதா ஹூசைனி, சலீம் ஹூசைன் ஆகியவர்கள் ஒருவர் மீது ஒருவர் கி.பி.1201ல் புனிதப் போர் கணை தொடுத்தனர்.

பாலஸ்தீனத்து பிரச்சனையில் கிறிஸ்தவ முஸ்லீம்கள் தொடுத்த புனிதப் போர்களினால் ஏற்பட்ட விளைவுகளில் இருந்து மெதுவாக முஸ்லீம் உலகம் விழித்துக் கொண்டிருந்தது.

சிலுவைப் போர் வீரர்கள் பலவீனமான முஸ்லீம் நாடுகளைத் தாக்கி சேதம் விளைவித்து கொண்டிருந்தனர். இந்த நிலையில்தான் செங்கிஸ் கான் தம் கொடூர படைக் கூட்டங்களுடன் முஸ்லீம் உலகில் வந்து இறங்கினார்.

கலீபாவின் ஆட்சியில் மன்னரும் உயர்குடி மக்களும் வீண் ஆடம்பரத்திலும் பகட்டிலும் வாழ்ந்து வந்தனர்.

சமுதாயத்தில் உயர்ந்தோர் தாழ்ந்தோர் வித்தியாசம் அதிகமாகியது. இஸ்லாமிய கோட்பாட்டின்படி நடக்க இருவராலும் முடியவில்லை. அர்த்தமற்ற சடங்குகள் செய்யப்பட்டன. ஷாரியத் என்று அழைக்கப் பட்ட இசுலாமியச் சட்டம் புறக்கணிக்கப்பட்டது. வைதீக முஸ்லீம்கள்

ஒதுக்கப்பட்டனர்.

சமயத் தலைவர்கள், அறிஞர்கள், கற்றவர்கள் முக்கியத்துவம் இழந்தனர்.

மங்கோலியர்களின் எழுச்சி குறித்து கலிபாவுக்கு எடுத்துச் சொல்ல சரியான அமைச்சர்கள் இல்லை. அமைச்சர்களும் அதிகாரிகளும் ஒருவரையொருவர் வீழ்த்த சதித் திட்டங்களை தீட்டிக் கொண்டிருந்தனர்.

கலீபாவோ எல்லாம் இறைவனின் விருப்பம் என நினைத்துக் கொண்டிருந்தார். நிர்வாகம் சீர் கெட்டு அழிவை நோக்கி சென்று கொண்டிருந்தது.

ஷியா - ஷன்னி என்ற இரு பிரிவுகளுக்கிடையே ஏற்பட்டுக் கொண்டிருந்த கட்சி சண்டை முஸ்லீம் அரசை தடுமாறச் செய்தது.

ஷியாக்களின் நம்பிக்கையைப் பெற முஸ்தாஸிம் என்ற கலீபா முவையிலுத் முகமது, இப்னுவுகாமி என்பவரை தமது பிரதமராக நியமித்துக் கொண்டார். ஆனால் அவரோ பாக்தாத் மீது படையெடுக்கு மாறு செங்கிஸ்கானுக்கு அழைப்பு விடுத்தார். கார்க் பகுதியில் இருந்த ஷன்னி பிரிவு முஸ்லீம்களை தண்டிப்பதற்காகவே அவர் அவ்வாறு செய்தார்.

கவாரிஸம் என்ற பேரரசு வடமேற்கு இந்தியாவிலிருந்து பாக்தாத் வரையிலும் ஆரல் கடலிலிருந்து பாரசீக வளைகுடா வரையிலும் பரவி இருந்தது. அதனை ஷா அலாவுதீன் முகம்மது என்பவர் ஆண்டார். இவர் கி.பி. 1200 வரை ஆட்சி செய்தார்.

ஆப்கானிஸ்தானின் கோரிகளுடன் அவர் தொடர்ந்து புரிந்து வந்த போர்களால் நாடு நலிவுற்றது. ஷா கலீபாவின் ஆட்சியை முடிக்க விரும்பினார்.

இதனை அறிந்த கலீபா, அல்நசீர் கானின் உதவியை நாடினார். செங்கிஸ்கான் உதவ மறுத்ததோடு ஷாவுடன் வர்த்தக உறவும் மேற்கொண்டார்.

ஷா அலாவுதீன் முகம்மது சாமர்கண்ட், புகாரா, ஹெரலிட், பலகா, காஸ்னா ஆகிய நகரங்களை ஆட்சி செய்தார். ஷா அலாவுதீன் ஆணவம் மிக்கவர். இதனால் செங்கிஸ்கானின் நட்பும் நீடிக்கவில்லை. பின்னர்

மங்கோலியர்கள் படையெடுப்பால் எல்லா நகரங்களும் அழிந்து விட்டன.

கவலை நிலை பேரரசு மங்கோலியாவை ஒட்டி இருந்ததால் இருவருக்கும் சிறிய எல்லைத் தகராறுகள் தோன்றியவண்ணம் இருந்தன. முஸ்லீம் உலகில் படையெடுக்க தக்க தருணத்தை கான் எதிர்பார்த்துக் கொண்டிருந்தார்.

கலீபாவுக்கு எதிராக ஷாவுடன் வர்த்தக உறவு ஏற்படுத்தும் வகையில் சுங்க வரிகளையும் எல்லைக் கட்டுப்பாடுகளையும் கான் நீக்கினார்.

ஆனால் மங்கோலிய வர்த்தகர்கள் சிலரை வேவு பார்த்த குற்றத்திற்காக ஷா மரண தண்டனை அளித்தார். இதனைக் கேட்ட செங்கிஸ்கான் பெருஞ்சினமுற்றார். எனினும் ஒரு தூதுவரை அனுப்பி விளக்கம் கேட்டார்.

ஆணவமிக்க கவாரி ஷா அந்த தூது வரை இரக்கமில்லாமல் கொன்றார். அதோடு மட்டுமல்லாது மங்கோலியர்களின் தாடிகளை எரிக்க உத்தர விட்டார். இந்த சம்பவங்களால் சினமுற்ற செங்கிஸ்கான் முஸ்லீம் உலகையே எரித்து சாம்பலாக்க திட்டமிட்டார்.

தமது படையினரைத் திரட்டிக் கொண்டு ஒவ்வொரு நகராக அழித்துக் கொண்டே முன்னேறினார்.

மங்கோலியப் படையெடுப்புகளால் இஸ்லாமிய உலகம் மிகவும் கடுமையாக பாதிக்கப்பட்டது. இந்தப் படையெடுப்புகளை நேரில் கண்டு எழுதியவர் இப்னு-அல்-அதிர் என்பவராவர்.

மங்கோலியப் படையெடுப்பின் விளைவாக இங்கிலாந்து மற்றும் ஸ்வீடன் நாடுகளில் அங்காடிகளில் பொருள்களின் விலை பன்மடங்கா கியது.

கி.பி.1215ம் ஆண்டு துவங்கிய அப்படையெடுப்பு 'கோஜென்ட் புகாரா' ஆகிய நகரங்கள் தங்கள் பாதுகாப்புக்காக சிறிதளவும் யோசிக்க முடியாத அளவுக்கு பயங்கரமாக சேதமுற்றது. அந்த இரு நகரங்களும் பாழடிக்கப் பட்டன.

பின்னர் டிரான்ஸோக்கியானாவின் தலைநகரான சமர்கண்டை வீழ்த்தி சாம்பலாக்கினர். அந்த மக்கள் கடுமையான சித்திரவதைக்கு ஆளாகினர்.

மங்கோலியர் வருவதை அறிந்த பாலிக் நகர மக்கள் வாயிற்கதவுகளை திறந்து வைத்திருந்தனர். எனினும் மங்கோலியர்கள் அவர்களையும் கொன்று குவித்தனர்.

நிஷாப்பூரிலும் அதைச் சுற்றிலும் இருபது லட்சத்திற்கும் மேற்பட்ட மக்கள் உயிரிழந்தனர். ஹெராட் நகரம் பாலைவனமாகியது.

ஹம்தான், ஜனிஜான், மர்வி ஆகிய நகரங்களில் மக்கள் முற்றிலும் அழிந்தனர். ஒரு நூற்றாண்டுக்கு பிறகு அந்நகரங்களுக்கு விஜயம் செய்த இப்னு படூடா அவை பாழாகியிருப்பதை கண்டு எழுதினார்.

கவாரிஸம் ஷாவின் படைகள் எங்கும் விரட்டியடிக்கப்பட்டன. அவர் விரைவிலேயே தம் பேரரசை இழந்தார். சிம்மாசனத்தை இழந்தார். குடும்பத்தையும் கஜானாவையும் இழந்தார். இறுதியில் அவர் காஸ்பிக் கடலிலிருந்து தீவு ஒன்றுக்கு தப்பி ஓடி அங்கே கி.பி.1226ல் இறந்தார்.

அவருடைய மகன்களில் ஒருவரான ஜலாலுதீன் முகம்மது செங்கிஸ்கானுக்கு எதிராக மறைந்து போரிடும் முறையை கையாண்டு அவர்களுக்கு பெரும் சேதத்தை விளைவித்தார்.

அவர் செங்கிஸ்கானின் முகாமையும் துணிகரமாகத் தாக்கி அவரை தோற்கடித்தார். அவரைப் பின் துரத்தி சென்று தம் கரங்களாலேயே கொல்ல வேண்டும் என்று செங்கிஸ்கான் முடிவெடுத்தார்.

அந்த கடுமையான விரட்டலின் பின் ஜலாலுத்தீன் தம் இரண்டு குதிரைகளை இழந்து மூன்றாவது ஒன்றின் மீது சவாரி செய்து கொண்டு பத்து மீட்டர் உயரத்திலிருந்து சிந்து நதியில் குதித்து வடமேற்கு இந்தியா விற்கு தப்பி ஓடி விட்டார்.

ஜலாலுதீன் திரும்ப வருவதற்காக செங்கிஸ்கான் காத்திருந்தார். ஆனால் வீடு திரும்ப துடித்துக் கொண்டிருந்த படைவீரர்கள் பொறுமையை இழந்து கொண்டிருந்தனர்.

இறுதியாக செங்கிஸ்கான் ஆக்ஸலப், ஜக்ஸார், டெஸ் ஆகியவற்றின் வழியாக பின் வாங்கி தம் தாயகம் வந்தடைந்தார். அங்கே அவர் கி.பி. 1227ல் உயிர் நீத்தார்.

✷

7

பிரபஞ்சத்தின் அரசன்

நான் ஆடம்பரத்தை வெறுக்கிறேன். எளிமையை விரும்புகிறேன். நீங்கள் நல்ல உடை வேகமான குதிரைகளைப் பெறும் போது உங்கள் பார்வை மற்றும் நோக்கத்தை எளிதாக மறப்பீர்கள். நீங்கள் ஒரு அடிமையாகத்தான் இருப்பீர்கள். எல்லாவற்றையும் இழப்பீர்கள்.

செங்கிஸ்கானின் அந்தராத்மா அடிக்கடி உச்சரிக்கும் வார்த்தைகள் இவை.

ஒரு வேளை உணவுக்கு வழியற்ற ஆதரவற்ற பனிப் பிரதேசத்தில் விடப் பட்ட ஒரு எழுத்தறிவற்ற சிறுவன் எவ்வாறு நூற்றாண்டுகளுக்கு மேல் நீடித்த உலக வரலாற்றின் மிகப் பெரிய நிலப் பேரரசை அமைத்தான் என்பது

வரலாற்றுக்கு இன்றைக்கும் சவால் விடுகின்ற கருத்தோவியம்.

செங்கிஸ்கான் யாரையும் அவரது படத்தை வரைவதற்கோ, அவரது சிற்பங்களை செதுக்குவதற்கோ அல்லது நாணயத்தின் மீது அவரது உருவப் படத்தை அச்சிடவோ அனுமதித்தது இல்லை. அவர் இறந்து அரை நூற்றாண்டு வரையிலும் இவரது படத்தை வரைய யாருக்கும் தைரியம் வரவில்லை.

பெரும்பாலான வரலாற்றாசிரியர்களால் ஏற்றுக் கொள்ளப்பட்ட செங்கிஸ்கானின் உருவப் படமானது தேசிய அரண்மனை அருங்காட்சியகம், தைபே, தைவானில் உள்ளதாகும். இது அவரது இறப்புக்கு பின்னர் அவரது பேரன் குபிலையின் மேற்பார்வையில் வரையப்பட்டதாகும்.

குவாரசாமியப் பேரரசின் குராசான் பகுதிக்கு தனது 60ம் வயதில் வந்த செங்கிஸ்கானின் தோற்றத்தினைப் பற்றி பாரசீக வரலாற்றாளர் மின்ஹஜ்அல்சிராஜ் ஜூஸ்ஜனி என்பவர் இவ்வாறு குறிப்பிடுகிறார்.

நல்ல உயரமான மனிதன். சக்தி வாய்ந்த வலுவான உடல் கட்டமைப்பு. அவரது முகத்தில் சிறிதளவே முடி இருந்தது. அதுவும் நரைத்திருந்தது. பூனை போன்ற கண்களுடன் இருந்தார்.

மேலும் அவர் கூறுகையில், அர்ப்பணிப்புடைய ஆற்றல், பகுத்தறியும் தன்மை, மேதை, புரிந்து கொள்ளும் தன்மை, பிரமிக்க வைக்கும் தன்மை, எளிமை உறுதி என்று விவரிக்கிறார்.

செங்கிஸ்கானை நேரில் கண்ட சாங் வம்சத் தூதர், பெரிய உடம்புடன் அகன்ற நெற்றியுடன் நீளமான தாடியுடன் மற்றவர்களிடமிருந்து தனித்துவமாக இருந்தார் என்று குறிப்பிட்டுள்ளார்.

செங்கிஸ்கானிடம் மற்றவர்களைக் கவர்ந்திழுக்கும் தன்மை இருந்தது. இவரது பல தளபதிகள் பல்வேறு தருணங்களில் இவருடன் கவர்ந்திழுக்கப்பட்டே இணைந்தவர்கள். செங்கிஸ்கானின் வாழ்க்கையில் ஒரு தளபதி கூட இவரை விட்டு விலகியது கிடையாது.

செங்கிஸ்கான் என்றுமே தனது நண்பர்களை ஆபத்தில் விட்டுவிட்டு சென்றதோ அல்லது அவர்களுக்கு கொடுத்த வாக்கை காப்பாற்றத் தவறியதோ கிடையாது.

செங்கிஸ்கான் மனிதர்களைப் படிப்பதில் ஒப்பற்றவராக விளங்கினார். மனித உளவியலை நன்கறிந்திருந்தார்.

பிரம்மாண்ட மங்கோலிய பேரரசை நிர்வகிக்கும் தகிப்பில் இருந்த செங்கிஸ்கான் சிதறிக் கிடந்த குழுக்களை ஒன்று திரட்டினான்.

ஒட்டுமொத்த மங்கோலிய பேரரசையும் உருவாக்கிய பின்னரே செங்கிஸ்கான் என தன்னை அறிவித்துக் கொண்டான்.

செங்கிஸ்கான் என்றால் பிரபஞ்சத்தின் அரசன் என்று பொருள். எசுகெய்யின் மகனான டெமுஜிங், செங்கிஸ்கானாக மாறியது கி.பி.1206 ஏப்ரல் 16ஆம் தேதி.

செங்கிஸ்கான் பதவியேற்றதும் முதற்காரியமாக நிலையான சட்டத்தை உருவாக்கினான்.

என்னுடைய தேசத்தில் இனிமேல் பெண்களைக் கவர்வது, திருட்டு, ஊழல், வரி ஏய்ப்பு என எதுவும் இருக்கக் கூடாது. பிடிபட்டால் மரண தண்டனை நிச்சயம் என்று அறிவித்தான் செங்கிஸ்கான்.

தன்னை எதிர்ப்பவர்கள் யாராக இருந்தாலும் ஒன்று சரணடைய வேண்டும், மற்றொன்று உயிரை விட வேண்டும். தன்னை யாரும் எதிர்க்கக் கூடாது என்பதில் கவனமான சர்வாதிகாரியாக கடுமையான தண்டனைகளை உருவாக்கினார்.

எதிரிகளின் தலைவனை சிறைப்பிடித்து கண்களில் உருகிய வெள்ளியை ஊற்றுவது உயிருடன் கொதிக்கும் நீருக்குள் மூழ்கடிப்பது என தனது மூர்க்கத்தின் வேகத்தை வெளியுலகத்துக்கு வெளிப்படுத்தி னார் செங்கிஸ்கான்.

செங்கிஸ்கானின் யுத்த கால கொடூர தண்டனைகளுக்கு அஞ்சிய தாலேயே பல மன்னர்கள் அவனுக்கு அடிபணிய ஒப்புக் கொண்டனர்.

மத்திய ஆசிய நாடுகளின் மீதான படையெடுப்பின்போது செங்கிஸ்கானின் உச்சபட்ச வெறித்தனம் வெளிப்பட்டது என்கிறார்கள் ஆய்வாளர்கள்.

செங்கிஸ்கானின் கோரமான உயிர் பசியைக் கண்டு எதிராளிகள் தெறித்து ஓடிய வரலாறாக நிஷார் போர் வரலாற்றில் குறிப்பிடப்

பட்டுள்ளது. இந்தப் போரில் கொல்லப்பட்டவர்கள் ஏறத்தாழ பதினெட்டு லட்சம் பேர்கள்.

குவார்சிம் பேரரசின் அங்கமாக இருந்தது தான் நிஷாபுர். செங்கிஸ்கானின் மருமகன் டோகுசர் தலைமையில் நிஷாபூர் முற்றுகையிடப்பட்டது.

நிஷாபுர் நாட்டின் கலிப்பாவின் வீரர்கள் கோட்டையை பாதுகாக்க கடுமையாக போர் புரிந்தனர்.

அந்தப் போரில் செங்கிஸ்கானின் மருமகன் டோகுசரின் உயிரைக் குடித்தது ஓர் அம்பு. குதிரையிலிருந்து வெற்றுடம்பாக தனது கணவன் டோகுசர் வீழ்ந்த செய்தி கேட்டு கர்ப்பிணியாக இருந்த செங்கிஸ்கானின் மகள் கதறியபடி வந்து செங்கிஸ்கானிடம் முறையிட்டார்.

உலகத்திலுள்ள ராஜாக்களின் கண்களில் விரலை விட்டு ஆட்டிய செங்கிஸ்கானுக்கு தனது அன்புமகளின் கதறல் நெஞ்சை அலற வைத்தது.

தந்தையின் கைகளைப் பற்றிக் கதறிய மகள், 'நிஷாபூர் இந்தக் கணமே தரைமட்டமாக்கப்பட வேண்டும் தந்தையே' என்று வேண்டினான்.

அதற்கு மேல் அங்கு நின்று கொண்டிருக்க செங்கிஸ்கானுக்கு இருப்பு கொள்ளவில்லை. வில்லையும் வாளையும் சுமந்து கொண்டு யுத்த கள பிசாசாக பறந்தான்.

நகரின் எந்த உயிரும் மிச்சமில்லை எனத் தெரிந்த பின்னரே போர் நிறுத்தத்தை அறிவித்தான் செங்கிஸ்கான்.

ஒட்டுமொத்த நிஷாபூர் மக்களையும் ஆண், பெண் குழந்தைகள் வேறு பாடின்றி ஒன்றாக இணைத்துக் கட்டி தீ வைத்து கொன்று குவித்தான்.

நிஷாபூரை தீக்கிரையாக்கிய செங்கிஸ்கானுக்கு மற்றொரு பேரதிர்ச்சி காத்திருந்தது. ஆப்கானிஸ்தானிற்கு அருகே உள்ள பாமியான் என்னு மிடத்தில் நிகழ்ந்த போரில் தன்னுடைய பேரன் முட்டு ஜென் கொல்லப் பட்டான்.

செய்தி அறிந்த செங்கிஸ்கானின் கோபம் பன்மடங்கு கொழுந்து விட்டெறிந்தது. ஒட்டுமொத்த படையும் பாமியானுக்குள் நுழைந்தது. எதிர்ப்பட்ட அனைவரையும் கொன்று வீசியது செங்கிஸ்கான் படை.

செங்கிஸ்கானின் ருத்ரத்திற்கு பலியானவர்கள் எண்ணிக்கை பதினாறு லட்சம் பேர்கள்.

கி.பி. 1227 ஆம் ஆண்டின் கோடை காலத்தில் மீண்டும் சீனாவின் மீது போர் தொடுத்தான் செங்கிஸ்கான்.

அந்தப் பயணத்தின்போது காட்டுக் குதிரை ஒன்றை வேட்டையாடும் போது காயமுற்று வீழ்ந்த செங்கிஸ்கான் பின்னர் எழவே இல்லை.

கனவு சாம்ராஜ்யத்தை கண் முன்னே கட்டிய செங்கிஸ்கான் சிகிச்சை பலனின்றி இறந்தான். அவனது அகன்ற சாம்ராஜ்யம் அவனது நான்கு மகன்களுக்கும் பிரித்தளிக்கப்பட்டது.

குளிர்வாட்டி எடுக்கும் மங்கோலிய சமவெளி, ஆசியா கண்டத்தில் உள்ளது. அங்கு தான் மங்கோலியப் பேரரசனாக உயர்ந்த செங்கிஸ்கான் தெமுஜின் என்ற பெயரால் பிறந்து வளர்ந்தான்.

காட்டிலும் மேட்டிலும் இளமை பருவத்தை கழித்த செங்கிஸ்கான் பெரிய குதிரைகளில் சவாரி செய்வான். வேட்டையாடுவான்.

ஒன்பதாவது வயதில் மற்றொரு பழங்குடி இனத்தவருடன் தங்கி பயிற்சி பெற்றான். அப்போது தன் தந்தையை எதிரிகள் விஷம் வைத்து கொன்றதை அறிந்து கடும் கோபத்துடன் திரும்பி வந்தான்.

தந்தை வகித்து வந்த தலைவர் பதவியை தாம் ஏற்க நினைத்த செங்கிஸ்கானுக்கு பேரதிர்ச்சி காத்திருந்தது. அதே இனத்தைச் சேர்ந்த மற்றொருவன் தலைவர் பதவியைப் பிடித்துக் கொண்டிருந்தான்.

அங்கிருந்து தப்பிய செங்கிஸ்கான் குடும்பத்தினர் காட்டில் மறைந்து வாழ்ந்தனர். தந்தையைக் கொன்றவர்களை பழிவாங்க திட்டமிட்டான்.

தனக்கு ஆதரவாக பழங்குடி இன மக்களை ஒருங்கிணைத்தான். அந்தக் குழுக்களுடன் கூட்டணி அமைத்தான்.

செங்கிஸ்கானின் துணிச்சல் கண்டு அவனுக்கு ஆதரவாளர்கள் பெருகினர். படைபலத்தை பெருக்கியவுடன் எதிரிப் படையை இரக்க மின்றி சிதைத்தான். எதிரிகளை வெட்டி வீசி வெற்றி வாகை சூடினான்.

பல குழுக்களாக தங்களுக்குள் பிரிந்து சண்டை இட்டுக் கொண்டிருந்த மங்கோலியரை ஒன்றிணைத்து ஆட்சி செய்தான். ‘அனைவரையும்

ஆள்பவன்' என்று 'கான்' பட்டம் பெற்று செங்கிஸ்கான் என்றழைக்கப் பட்டான்.

படைகளை நிர்வகிப்பதில் புதிய உத்திகளைக் கையாண்டான். படையை தலா 1000 பேர் கொண்ட குழுக்களாக பிரித்து 'குரான்' என்று பெயரிட்டான்.

புகையை உருவாக்கி சமிக்ஞை கொடுப்பது, கொடியசைப்பு, முரசுச் சத்தம் போன்றவற்றால் தகவல் பரிமாறும் யுக்திகளை போரில் பின்பற்றினான்.

துணிச்சல் மிக்க குதிரை ஏறும் பயிற்சியை வீரர்களுக்கு இளம் வயதிலேயே அளித்தான். கால்களால், குதிரையைச் செலுத்துவது அதிவேகத்தில் குதிரையை செலுத்தியபடியே கொடிய அம்புகளை எதிரிகள் மீது எய்வது என புதிய சாகச நடைமுறைகளை படையில் அறிமுகப்படுத்தினான்.

எதிரி நாட்டை முற்றுகையிடும்போது முதலில் ஒரு சிறிய படையை களத்துக்கு அனுப்புவான். எதிரிகள், அந்த படையை வென்ற களிப்பில் ஓய்வு எடுப்பர். அப்போது நாலா பக்கத்திலும் பெரும்படையால் சூழ்ந்து எதிர்பாராத தாக்குதல் நடத்தி வெற்றி கொள்ளும் நடைமுறையை உருவாக்கினான் செங்கிஸ்கான்.

கொலை பாதகம் செய்யத் தயங்காத செங்கிஸ்கான் தன்னைப் பின்பற்றியோரை மிகுந்த அன்புடன் நடத்தினான். வீரர்களுக்கு பதவி உயர்வு தந்தான். களத்தில் நின்று வென்றால்தான் சொந்த மகன்களுக்கே பதவி என்ற நிலையை உருவாக்கினான்.

மங்கோலிய பழங்குடிகளை ஒருங்கிணைத்த பின் செல்வ வளம் மிக்க பகுதிகளை நோக்கி செங்கிஸ்கான் பார்வை திரும்பியது.

ஆசியா கண்டத்தில் சீனாவை ஆண்ட ஜின் வம்சம் மீது படையெடுத் தான். அவர்களின் தலைநகரான யான்ஜிங் நகரை வென்று சீனாவின் வடபகுதியை பிடித்தான் செங்கிஸ்கான்.

அதன்பின் மேற்கு ஆசிய பகுதி அரசுகள் மீது அவன் பார்வை திரும்பியது. பல ஆண்டுகள் யுத்தம் நடத்தினான். கவாரிஸ்மியா என்ற சாம்ராஜ்யத்தை ஒட்டுமொத்தமாக அழித்து கிழக்கு ஐரோப்பா வரை

சென்றான். மீண்டும் சீனாவுக்கு திரும்பி வந்தபோது தான் செங்கிஸ்கான் குதிரையிலிருந்து விழுந்து இறந்ததாக கூறப்பட்டது.

'குதிரையில் அமர்ந்து, உலகம் முழுவதையும் வெல்வது எளிது. வென்றதை நிர்வாகம் செய்வது தான் மிகவும் கடினம்' என்பது செங்கிஸ்கானின் வைர வாக்கு.

வீரத்திற்கும், தைரியத்திற்கும் வெண் சாமரம் வீசும் பழக்கம் கொண்டவன் செங்கிஸ்கான்.

ஒரு போரில் தன் மீது அம்பு எய்த எதிரி நாட்டு வீரனைப் பிடித்த செங்கிஸ்கான் அவனது தைரியத்தைப் பாராட்டியதுடன் அவனை தனது படையில் தளபதியாக்கிக் கொண்டான்.

செங்கிஸ்கானின் மகன் டோலூயி. அவனது மகன் குப்ளாய்கான். அவன்தான் முழு சீனாவையும் வென்று யுவான் அரச வம்சத்தை நிறுவினான்.

உலகையே வென்ற செங்கிஸ்கானின் போர்க்கள யுக்திகள் மிகவும் மர்மமானவர். அதைவிட மர்மம் மிகுந்ததாக அவரது மரணமும் கல்லறை யும் பற்றிய செய்தி பல நூறு ஆண்டுகளாகத் தொடர்ந்து வந்தது.

செங்கிஸ்கானின் கல்லறையை தேடி அலையும் மர்மத்திற்கு ஒரு அடிப்படையான காரணம் இருந்தது.

செங்கிஸ்கான் தன் வாழ்நாள் முழுக்க நடத்திய போர்களில் கைப் பற்றிய அத்தனை பொக்கிஷங்களும் இந்தக் கல்லறையில் தான் பாது காப்பாக இருப்பதாக கூறப்படுகிறது தான் காரணம். இந்த பொக்கிஷத்தின் மதிப்பை வைத்து பல தேசங்களை விலைக்கு வாங்கலாம்.

செங்கிஸ்கான் படையெடுத்து வருகிறார் என்ற ஒற்றை வரித் தகவலே பல நாடுகளை வீழ்த்தியது. பல மன்னர்களை மணிமுடி துறுக்கச் செய்தது. பல படைகளை ஓடச் செய்தது. அவர் உருவாக்கிய மங்கோலியப் பேரரசு அளவுக்கு இந்தப் பூமியின் பெருநிலப் பரப்பை வேறு எந்த இனமும் ஆண்டது இல்லை.

மங்கோலியர்களின் ரகசிய வரலாறு எனும் பழமையான நூலில் செங்கிஸ்கான், வேட்டைக்குச் சென்றபோது ஏற்பட்ட காயத்தால்

இறந்தார் என்று கூறப்படுகிறது.

வரலாற்றுப் புகழ் பெற்ற வெனீஸ் யாத்ரீகர் மார்க்கோ போலோ, கடைசிப் போரின் போது செங்கிஸ்கான் உடலில் துளைத்த அம்பு ஒன்றினால் ஏற்பட்ட காயம் ஆறவே இல்லை. அதில் நோய்த் தொற்று ஏற்பட்டு அவர் இறந்தார் என எழுதியுள்ளார்.

கடைசிப் போரில் மேற்கு ஜியா நாட்டின் இளவரசியை செங்கிஸ்கான் அபகரித்து வந்தார். ஓர் அந்தரங்கமான தருணத்தில் அவள் தன்னுடைய குறுவாளால் செங்கிஸ்கானைக் குத்திக் கொன்றாள் என வரலாற்றுக் குறிப்பு ஒன்றும் கூறுகிறது.

மங்கோலிய துருக்கிய இனக் குழுக்களை இணைத்து மிகப் பெரிய மங்கோலியப் பேரரசை கட்டமைத்த செங்கிஸ்கான், சிறப்பாக ராணுவத்தை அணிவகுக்கச் செய்வதில் உலகளவில் மிகையாக பாராட்டப்பட்டவர்.

உலகை ஆண்ட பெரும் சாம்ராஜ்யத்தில் செங்கிஸ்கானுடையதும் ஒன்று. எண்ணற்ற மனைவிகளும் மக்கள் செல்வமும் கொண்டவர் செங்கிஸ்கான்.

ஐரோப்பிய மற்றும் ஆசியாவின் கலப்பு தோற்றம் கொண்டிருந்த செங்கிஸ்கான் மிக உயர்ந்த தோற்றமும் நீளமான தாடியும் சிவப்பு நிற முடியும் பச்சை கருவிழிகளும் கொண்டிருந்தான்.

மத்திய ஆசிய இடமாக இருந்த சீன மற்றும் ரஷ்யாவிற்கு மத்தியில் இருந்த நிலப்பரப்பை அங்கிருந்த மலைவாழ் இனத்தவரின் உதவியோடு கைப்பற்றி மங்கோலியப் பேரரசை நிறுவினான் செங்கிஸ்ான்.

மங்கோலியப் பேரரசு பசிபிக் கடலில் இருந்து கிழக்கு ஐரோப்பியா வரை கைப்பற்றி உலகின் மாபெரும் சாம்ராஜ்யமாக திகழ்ந்தது.

செங்கிஸ்கானின் ஆட்சியில் சீனா, கொரியா, பாகிஸ்தான், ஈரான், ஈராக், துருக்கி, ஆப்கானிஸ்தான், கஜகஸ்தான், ஆர்மேனியா, ஜியார்ஜியா, குவைத், உஸ்பெகிஸ்தான் போன்ற பல நாடுகளை ஆட் கொண்டிருந்தது.

ஹிட்லரை விட பல மடங்கு படுகொலை செய்திருக்கிறது செங்கிஸ் கானின் இராணுவம் ஒரு சில நாடுகளை கைப்பற்றும்போது ஒட்டு

மொத்த மக்களையும் கொன்று குவித்துள்ளது.

தனது பத்து வயதில் தனது சகோதரனையே கொலை செய்தவன் என்ற பழி செங்கிஸ்கானின் வாழ்க்கை நெடுகிலும் நினைவூட்டப்பட்டுக் கொண்டே இருந்தது.

இன வேறுபாடு கொள்கை கொண்டிருந்த செங்கிஸ்கான் தனது ஆட்சிக்கு கீழ்ப்பட்டு இருந்த நகரங்களை வேறு இனத்து ஆட்சி செய்ய வும் அனுமதித்தான்.

செங்கிஸ்கானின் மரணம் எப்படி நேர்ந்தது என்ற தெளிவான கருத்துக்கள் இன்றளவும் இல்லை.

செங்கிஸ்கானின் ஆசைக்கிணங்க அவனது கல்லறை ஓர் நதியின் அடியில் இருக்கிறது என்றும், இதனால் யாரும் தொந்தரவு செய்யாத அளவு கல்லறை காக்கப்படும் எனவும் செங்கிஸ்கான் கருதியதாக ஒரு கூற்றும் வரலாற்றில் உலா வருகிறது.

தனது 16 வயது வயதில் செங்கிஸ்கான் போர்டே எனும் மங்கோலிய மலைவாழ் இன பெண்ணை திருமணம் செய்து கொண்டான். இதன் பிறகு எண்ணற்ற பெண்களை இவன் திருமம் செய்து கொண்டாலும் போர்டே தான் செங்கிஸ்கானின் ஆட்சியில் பேரரசியாக இருந்தான்.

மேற்கித்ஸ் என்பவர்கள் போர்டேவை கடத்திச் சென்றனர். கேரீத் என்பவர்களது உதவியோடு போர்டேவை காப்பாற்றி வந்தான் செங்கிஸ்கான்.

மங்கோலியர்களின் 'கிரேட் கான்' என்று அழைக்கப்படும் செங்கிஸ்கானின் இயற்பெயர் தேமுஜின். அந்தப் பெயருக்கு இரும்பு மற்றும் கறுப்பன் என்று பொருள்.

1206ஆம் ஆண்டில் 'குர்ல்தாய்' என்று அழைக்கப்படும் ஒரு பழங்குடி கூட்டத்தில் மங்கோலியர்களின் தலைவராக அறிவிக்கப்படும் வரை 'செங்கிஸ்கான்' என்ற மரியாதை தேமுஜினுக்கு கிடைக்கவில்லை என்பதுதான் உண்மை.

ஒரு தலைவருக்குத்தான் 'கான்' என்று பெயர் வழங்கப்படும். அதேபோல் செங்கிஸ்கானின் தோற்றம் குறித்தும் பல பல குறிப்புகள் கூறப்படுகிறது.

செங்கிஸ்கானின் சமகால உருவப்படங்கள், சிற்பங்கள் எதுவும் இதுவரை கண்டறியப்படவில்லை. வரலாற்றாசிரியர்கள் இவரது உருவம் குறித்து மாறுபட்ட தகவல்களையே பதிவு செய்து வருகின்றனர்.

செங்கிஸ்கான் திறமைகள் மீது அக்கறை கொண்டிருந்தார். தகுதி மீதான இந்த நம்பிக்கையின் எடுத்துக்காட்டாக 1201ல் நிகழ்ந்த ஒரு சம்பவம் கூறப்படுகிறது.

1201ல் தைஜூட் பழங்குடியினருக்கும் எதிரான போராட்டத்தில் செங்கிஸ்கானின் மீது செலுத்தப்பட்ட அம்பு, அவரது குதிரையை தாக்கி கொன்றது. அதில் நிலைகுலைந்து போன செங்கிஸ்கான் தைஜூட் கைதிகளிடையே உரையாற்றும்போது தன் மீது தாக்குதல் நடத்தியது யார் என்று கேட்டார்.

அப்போது ஒரு சிப்பாய் தைரியமாக எழுந்து நின்று தான் செய்ததாக ஒப்புக் கொண்டான்.

அந்த அம்பு எய்தவரை அழைத்து அவரது தைரியத்துக்கு இராணுவ அதிகாரி பொறுப்பை வழங்கினார். இதன் நினைவாக அவருக்கு 'ஜெபே' என்று பெயர் வழங்கப்பட்டது. அதாவது 'அம்பு' என்று பொருள்படும் சொல்லில் பெயர் சூட்டினார்.

ஆசியா மற்றும் ஐரோப்பாவில் மங்கோலியர்கள் வெல்ல ஜெபே, புகழ் பெற்ற ஜெனரல் சுபதாயுடன் இணைந்து வென்றார்.

செங்கிஸ்கான் எதிரிகளுக்கு அடிபணிய முதலில் எப்போதும் வாய்ப்பு அளித்திருந்தார். ஆரம்பத்திலேயே அவர்களுக்கு எதிராக எப்போதும் அவர் வாள் வீசவில்லை.

குவாரெஸ்மிட் பேரரசின் ஷா மங்கோலியர்களுடனான ஒப்பந்தத்தை முறித்த பின்னர் 1219ஆம் ஆண்டில் அவரது பழி வாங்கும் பிரச்சாரம் ஒன்று வந்தது.

சில்க் சாலையில் பொருட்களை பரிமாறிக் கொள்ள ஷாவுக்கு ஒரு மதிப்புமிக்க வர்த்தக ஒப்பந்தத்தை செங்கிஸ்கான் வழங்கிலிருந்தார். ஆனால் அவரது முதல் தூதர்கள் கொலை செய்யப்பட்டபோது கோப மடைந்து தனது படைகளை கட்டவிழ்த்து விட்டு பதிலளித்தார்.

அடுத்த போரில் ஆயிரக்கணக்கானோர் கொல்லப்பட்டு ஷா பேரரசு

முழுவதும் அழிந்து போனது. செங்கிஸ்கான் தனது வெற்றியை தொடர்ந்து கிழக்கு நோக்கி திரும்பி அங்குள்ள தலைநகரை கைப்பற்றி னார்.

மங்கோலியர்களின் வெற்றிக்கு எத்தனை மில்லியன் உயிர்கள் பலி வாங்கப்பட்டது என்பது உறுதிப்பட தெரியவில்லை. ஆனால் வரலாற்றா சிரியர்கள் 40 மில்லியன் மக்கள் கொல்லப்பட்டதாக கூறுகின்றனர்.

அதே போல் குவாரெஸ்மிட் உடனான போரின்போது நவீன ஈரானின் மக்கள் தொகையில் நான்கில் மூன்று பங்கினர் கொல்லப்பட்டிருக்கலாம் என்று வரலாற்று அறிஞர்கள் மதிப்பிடுகின்றனர்.

மற்ற பேரரசுகளைப் போலில்லாமல் செங்கிஸ்கான் தான் கைப்பற்றும் பிரதேசங்களின் பன்முகத் தன்மை கொண்டதை ஆதரித்தார். எனவே பல மதங்கள் அவரது ஆட்சியில் இருந்தது. அதன் காரணமாக மக்கள் கிளர்ச்சி செய்ய வாய்ப்பு குறைவாக இருக்கும் என்று கருதினார் செங்கிஸ்கான்.

மிருகத்தனமான தாக்குதல்கள் நடத்தி பல்லாயிரக்கணக்கானோரைக் கொன்று குவித்த மன்னனாக வரலாறு செங்கிஸ்கானை அடையாளப் படுத்துகிறது.

எனினும் இந்த வரலாற்றை வேறு விதமாக பார்ப்பவர்களும் உண்டு. அலெக்சாண்டரையும் சீஸரையும், நெப்போலியனையும் மாவீரர்களாக மேற்கத்திய உலகம் சித்தரிக்கிறது. அவர்களும் போர்களில் மக்களை கொல்லத் தான் செய்தார்கள்.

அவர்களை விடவும் அதிக நிலப்பரப்பை ஆட்சி செய்தவர் செங்கிஸ்கான். ஆசியாவையும் ஐரோப்பாவையும் இணைத்து முதன் முதலில் உலகை ஒருங்கிணைத்தவர் செங்கிஸ்கான்.

இரண்டு கண்டங்களுக்கும் வணிகமும் பண்பாட்டுப் பரிமாற்றமும் அதனால்தான் நிகழ்ந்தது. மதச் சுதந்திரம் மக்களுக்கு கிடைத்தது. நிலப் பிரபுக்களின் அதிகாரத்தை ஒழித்தார். சீனாவிலிருந்து காகிதம் ஐரோப்பா வுக்கு போனது இவரால்தான் சாத்தியமானது. காகித கரன்சி, தபால் முறையை எல்லாம் அறிமுகம் செய்தார். அவர் உலகை ஆக்கிரமித்தவர் அல்ல நாகரிகப்படுத்தியவர் என்கிறார்கள்.

மற்ற குறிப்பிடத் தகுந்த படையெடுப்பாளர்களைப் போலவே செங்கிஸ்கானும் இவருடன் சேர்ந்து படையெடுத்தவர்களில் இருந்து வெல்லப்பட்டவர்களால் வேறுவிதமாகப் பார்க்கப்படுகிறார். எதிர்மறை யான கருத்துக்கள் பல்வேறு புவியியல் பிராந்தியங்களில் இருந்து பல கலாச்சாரங்களால் எழுதப்பட்ட வரலாறுகளில் தொடர்கின்றன.

செங்கிஸ்கான் நாட்டின் உருவாக்கத்திற்காகவும் அரசியல் மற்றும் இராணுவ அமைப்புகளை ஏற்படுத்தியதற்காகவும், போர்களில் கண்ட வெற்றி காரணமாகவும் மங்கோலியாவில் நூற்றாண்டுகளாகப் போற்றப் படுகிறார்.

துருக்கியர் போன்ற மற்ற இனத்தவராலும் மதிக்கப்படுகிறார். இவர் மங்கோலியர் மத்தியில் அசாதாரணமானவராக உருவாகியுள்ளார்.

மங்கோலியாவின் வரலாற்றில் முக்கியத் தலைவர்களில் ஒருவராக செங்கிஸ்கான் கருதப்படுகிறார். ஒரு அரசியல் மற்றும் இன அடையாள மாக மங்கோலியர்களின் தோற்றத்திற்கு இவர் காரணமாக இருக்கிறார்.

ஏனென்றால் கலாச்சார ஒற்றுமை கொண்ட பழங்குடியினருக்கு இடையே ஒன்றுபட்ட அடையாளம் இல்லை. இவர் பல மங்கோலியப் பாரம்பரியங்களை வலுப்படுத்தினார்.

மங்கோலிய மக்களுக்கு மொழிக்கு முதல் எழுத்துருவம் கொடுத்தவர் இவரே. மங்கோலியச் சட்டங்களை உருவாக்கியவரும் இவரே.

ஐரோப்பாவில் செங்கிஸ்கான் குறித்த நேர்மறையான கருத்துக்களே நிலவுகின்றன. ஆங்கிலேய தத்துவ வாதியான ரோஜர்பேகன் செங்கிஸ் கானின் பேரரசின் அறிவியல் மற்றும் தத்துவ வலிமையைப் பாராட்டி எழுதியுள்ளார்.

இத்தாலியப் பயணியான மார்க்கோபோலோ செங்கிஸ்கான் 'மிகுந்த மதிப்பு கொண்ட மிகுந்த திறமை உடைய மற்றும் வீரம் செறிந்த மனிதன்' என்று குறிப்பிட்டுள்ளார்.

செங்கிஸ்கான் சீனாவில் இருவிதமாகவும் பார்க்கப்படுகிறார். சீனா 65 வருடப் போராட்டத்திற்குப் பிறகு மங்கோலியர்களில் வெல்லப்பட்டது.

செங்கிஸ்கான் மற்றும் அவரது வழித்தோன்றல்கள் பற்றிய எண்ண மானது இன்னும் ஒரு கலவையாகவே உள்ளது.

சீனாவின் மக்கள் தொகையில் மிகப் பெரும் சரிவு ஏற்பட்டது. செங்கிஸ்கான் சீனா முழுவதையும் வெல்லாதபோதும் அவரது பேரன் குப்லாய்கான் சீனா முழுவதையும் வென்றார். யுவான் அரச மரபை தோற்றுவித்தார்.

பொதுவாக யுவான் அரச மரபுதான் சீனா முழுவதையும் மீண்டும் ஒன்றிணைத்தது எனக் கூறப்படுகிறது.

செங்கிஸ்கானை சிறந்த இராணுவ தலைவராகவும் அரசியல் நுண்ணறிவு கொண்டவராகவும் போற்றி ஏராளமான கலைப் படைப்பு கள் மற்றும் இலக்கியங்கள் உள்ளன.

மங்கோலியர்கள் நிறுவியுள்ள யுவான் அரச மரபானது சீன அரசியல் மற்றும் சமூக அமைப்பு முறைகளில் ஒரு அழிக்க முடியாத தாக்கத்தை ஏற்படுத்தியது. இது அடுத்தடுத்த தலைமுறைகளிலும் பிரதிபலித்தது.

செங்கிஸ்கான் தாவோயிசத் தலைவர் குயிசுசியை ஆதரித்தார். குருசுசி செங்கிஸ்கானை கடவுளால் தேர்ந்தெடுக்கப்பட்டவர் என கருதினர். பின்னர் வட சீனாவில் உள்ள அனைத்து மத விவகாரங்களையும் கட்டுப் படுத்தும் அதிகாரத்தை செங்கிஸ்கான் குயிசுசிக்கு வழங்கினார்.

மத்திய கிழக்கு நாடுகளில் குறிப்பாக ஈரானில் செங்கிஸ்கான் கிட்டத் தட்ட அனைவராலும் அழிவுகரமான மற்றும் இனப் படுகொலை செய்த போர்த் தலைவராக கண்டிக்கப்படுகிறார்.

இந்தப் பகுதிகளின் மக்கள் தொகைக்கு பெரும் அழிவை ஏற்படுத்திய வராக செங்கிஸ்கான் கருதப்படுகிறார்.

ஆப்கானிஸ்தானில் செங்கிஸ்கான் எதிர்மறையாகப் பார்க்கப்படு கிறார். இவரது பேரன் குலாகுகான் வடக்கு ஈரானின் பெரும் பகுதிகளை அழித்தார். பாக்தாத்தை சூறையாடியதன் மூலம் இஸ்லாமின் பொற் காலத்தை அழித்தார்.

புகழ் பெற்ற முகலாயப் பேரரசர்கள் செங்கிஸ்கானின் பெருமைமிகு வழித்தோன்றல்களாக இருந்தனர். முக்கியமாக தைமூரின் வழித்தோன்ற லாக இருந்தனர்.

முகலாயப் பேரரசர்கள் நேரடியாக செங்கிஸ்கான் மற்றும் தைமூரின் மரபை ஆதரித்தனர்.

8

செங்கிஸ்கானின் பழங்குடி வாழ்க்கை

மங்கோலியர்கள் முதன் முதலில் சைபீரியக் காடுகளில் இருந்து மங்கோலியாவிற்கு வந்திருக்கலாம் என்று கருதப்படுகிறது.

தெமுசின் (செங்கிஸ்கான்) தனது தந்தை வழியில் காபூல்கான் அம்பகை மற்றும் கமக் மங்கோலிய கூட்டமைப்புக்கு தலைமை தாங்கிய ஹோடுலாகானுடன் தொடர்புடையவர்.

கி.பி.1161ல் சுரசன் சின் வம்சத்தவர் மங்கோலியர்களிடமிருந்து பிரிந்து தாதர்களுடன் இணைந்த போது காபூல்கானை கொன்றனர்.

போர்சிசின் தலைவரும் ஹோடுலா கானின் உறவினரும் செங்கிஸ்கானின் தந்தையுமான எசுகெய், ஆளும்

மங்கோலிய இனத்தின் தலைவராக உருவானார்.

அம்பகையின் நேரடிச் சந்ததியினரான தாய்சியுடு இனத்தவர் இந்த நிலைப்பாட்டை எதிர்த்தனர்.

தெமுசின் (செங்கிஸ்கான்) ஆசிய நாட்காட்டியின்படி குதிரை வருடமான கி.பி. 1162ல் மங்கோலியாவின் தலைநகரான உலான்பத்தூருக்கு அருகில் தெலுன் போல் தக்கில் பிறந்தார். இவர் கெரயிடு இன தொகுருலின் கூட்டாளியும் இயாத் இனத் தலைவருமான எசுகெயினின் இரண்டாவது மகன் ஆவார். தாய் ஓவலுனின் முதல் மகனாவார்.

செங்கிஸ்கானுக்கு கசர், கச்சியுன், தெமுகே என்ற மூன்று தம்பிகளும், தெமுலின் என்ற ஒரு தங்கையும் உண்டு.

இவரது தந்தையின் முதல் மனைவி சோச்சலின் வழியில் பெக்தர் என்ற ஒரு அண்ணனும் பெலகுதை என்ற ஒரு தம்பியும் இருந்தனர்.

செங்கிஸ்கானின் தந்தை இவரை உயர்மதிப்பில் வைத்திருந்ததாக தெரியவில்லை. இவரது தந்தை ஒரு முறை இடம் பெயரும்போது இவரை மறந்து விட்டுச் சென்று விட்டார்.

பின்னர் தாய்சியுடு இனத்தைச் சேர்ந்த தர்குதை என்பவர் இவரை மீட்டு இவரது குடும்பத்தாரிடம் ஒப்படைத்தார்.

மங்கோலியாவின் மற்ற நாடோடிகளைப் போலவே தெமுசினின் ஆரம்ப கால வாழ்க்கையும் கடினமானதாக இருந்தது. இவர் எழுத்தறிவு பெறவில்லை. எதிர்காலத்தில் இவர் செய்யப் போகும் சாதனைகளுக்கான எந்த அறிகுறியும் சிறுவயதில் இவரிடம் தென்படவில்லை.

இவரது தம்பி கசர் சிறுவயதில் இவரை விட மல்யுத்தத்தில் சிறந்தவர் மற்றும் வில்லாளி. இவருடைய ஒன்றுவிட்ட அண்ணன் பெக்தர் இவரிடம் அடிக்கடி வம்பிழுப்பதை வாடிக்கையாக வைத்திருந்தார்.

தெமுசினின் தந்தை இவரது 9ம் வயதில் இவரை விட 1 வயது மூத்த போர்ட்டே எனும் கொங்கிராடு இனப் பெண்ணுடன் திருமணம் நிச்சயித்தார். இவரைப் பெண் வீட்டிலேயே ஒப்படைத்தார். தெமுசின் மண வயதான 12 வயது வரை குடும்பத்தின் தலைவரான தய்சச்சனுக்கு பணிபுரிவதற்காக அங்கு தங்கினார்.

திருமணம் ஒரு பக்கம் இருந்தாலும் இவரது தந்தை இவரை விட்டு விலக விரும்பியதாலேயே இவரை தொலைதூரத்திற்கு கூட்டிச் சென்ற தாக தெரிகிறது.

வீட்டிற்குச் செல்லும் வழியில் அவரது தந்தை நீண்ட கால மங்கோலிய எதிரிகளான தாதர்களை சந்திக்க நேரிட்டது. அவர்கள் அவரை உணவு உண்ண வருமாறு அழைத்து விஷம் வைத்துக் கொன்றனர்.

இதனை அறிந்து வீட்டிற்கு விரைந்த செங்கிஸ்கானையும், இவரது குடும்பத்தையும் பெரிய ஆண் இல்லாத குடும்பம் என்ற காரணத்தால் மற்ற குடும்பங்கள் ஒதுக்கி வைத்தன.

அடுத்து பல ஆண்டுகள் இவரது குடும்பம் வறுமையில் வாழ்ந்தது. இந்நிலையில்தான் செங்கிஸ்கானுக்கு சமுக்காவின் நட்பு கிடைத்தது.

செம்மறியாட்டின் கணுக்கால் எலும்புகளை கொண்டு ஆடப்படும் ஒருவகை தாயம் மற்றும் எலும்புகளைக் காலுக்கு அடியில் கட்டிக் கொண்டு செய்யும் சுருள்வு போன்ற பனிச்சறுக்கு ஆகிய இரண்டு விளையாட்டுக்களே செங்கிஸ்கானின் குழந்தைப் பருவ விளையாட்டாக கூறப்படுகிறது.

செங்கிஸ்கானின் அண்ணன் பெக்தர் குடும்பத்தின் மூத்த ஆண் என்ற காரணத்தால் ஆதிக்கத்தை வெளிப்படுத்தினான்.

மேலும் ஓவலுனை (அவனது சொந்த தாயாக இல்லாத காரணத்தால்) மணம் முடிக்கும் தகுதி பெற்றான். தனது தந்தையின் இடத்தில் இன்னொருவனை வைத்துப் பார்க்க செங்கிஸ்கானால் இயலவில்லை.

ஒரு முறை செங்கிஸ்கான் வேட்டையாடிய வானம்பாடியை பெக்தர் எடுத்துக் கொண்டான். குடும்பம் உணவின்றி தவித்த நேரத்தில் அவன் அவ்வாறு செய்தது செங்கிஸ்கானுக்கு கோபமூட்டியது.

எனவே செங்கிஸ்கான் பின்பக்கம் இருந்தும் அவனது தம்பி கசர் முன்பக்கம் இருந்தும் அம்பு விட்டு பெக்தரைக் கொன்றனர்.

அதே சமயம் பெக்தரின் தம்பி பெலகுதை செங்கிஸ்கானுக்கு கடைசி வரை விசுவாசமாக இருந்தான்.

கி.பி. 1177ல் தப்பி ஓடும் செங்கிஸ்கான் 9 நாட்களுக்கு உணவின்றி தெர்குன் உயர் நிலத்தில் உள்ள காடுகளில் அலைந்து திரிகிறார்.

எனக்கென ஒரு பெயரை உருவாக்காமல் எவ்வாறு இறப்பது என யோசித்தார்.

தனது தந்தையின் முன்னாள் கூட்டாளிகளான தாய்சியுடுகளால் அடிமையாக கடத்தப்பட்டு பிணைக்கப்படுகிறார். பின் அங்கிருந்து தப்பித்துச் சென்றார்.

தனது 13ஆம் வயதில் தனது தந்தையின் பதவிக்கு செங்கிஸ்கான் வந்தபோது அவருக்கு கிடைத்தது ஆனன் ஆற்றங்கரையில் தரிசான ஒரு சிறு நிலம்தான்.

செங்கிஸ்கானின் தாய் ஓவலுன் அவருக்கு மங்கோலிய இனங்களின் கூட்டமைப்பை ஏற்படுத்தும் திட்டங்களையும் யோசனைகளையும் கூறி வந்தார்.

ஏற்கனவே தன் தந்தை எசுகெய் நிச்சயித்தபடி இரு பழங்குடி யினருக்கு இடையே இணைப்பை ஏற்படுத்த தனது 16 வது வயதில் கொங்கிராடு பழங்குடியினத்தைச் சேர்ந்த போர்ட்டேவை மணந்தார்.

திருமணம் நடந்த சில நாட்களிலேயே எசுகெய் ஓவலுனை அபகரித்த தற்குப் பழி வாங்க மெர்கிடு பழங்குடியினர் போர்ட்டேவைக் கடத்தினர்.

செங்கிஸ்கான் சமுக்கா மற்றும் கெரயிடு பழங்குடியைச் சேர்ந்த தொகுருல்கானின் உதவியுடன் போர்ட்டேவை மீட்டார். 9 மாதங் கழித்து ஒரு மகனைப் பெற்றெடுத்தார்.

அக்குழந்தையின் உண்மையான தந்தை யார் என்ற குழப்பம் ஏற்பட்டது. செங்கிஸ்கான் அக்குழந்தைக்கு சூச்சி என்று பெயரிட்டார்.

அதன்பின் போர்ட்டேக்கு சகதை, ஒகோடி மற்றும் டொலுய் என மூன்று ஆண் குழந்தைகள் பிறந்தன. ஆறு பெண் குழந்தைகளும் பிறந்தன.

✷

9

நதிமூலம் ரிஷிமூலம்

மங்கோலியர்கள் முதன் முதலில் சைபீரியா காடுகளிலிருந்து மங்கோலியா விற்கு வந்திருக்கலாம் எனக் கருதப்படு கிறது.

செங்கிஸ்தான் தனது தந்தை வழியில் காபூல்கான், அம்பகை மற்றும் கமக் மங்கோலியக் கூட்டமைப்புக்குத் தலைமை தாங்கிய ஹோடுலாகானுடன் தொடர்புடையவர் ஆவார்.

இவர்கள் அனைவரும் கி.பி.900ல் வாழ்ந்த போடோன்சார் முன் ஹாக்கின் வழிவந்தவர்கள் ஆவர்.

கி.பி.1161ல் சுரசன்சின் வம்சத்தவர் மங்கோலியர்களிடமிருந்து பிரிந்து தாதர் களுடன் இணைந்தபோது காபூல்கானைக் கொன்றனர்.

போர்சிசின் தலைவரும், அம்பகை மற்றும் ஹோடுலாகானின் உறவினரும் செங்கிஸ்கானின் தந்தையுமாகிய எசுகெய், ஆளும் மங்கோலிய இனத்தின் தலைவராக உருவானார்.

அம்பகையின் நேரடிச் சந்ததியினரான தாய் சியுடு இனத்தவர் இந்த நிலைப்பாட்டை எதிர்த்தனர்.

தாய்சியுடு என்பது 12ஆம் நூற்றாண்டு மங்கோலியாவில் கமக் மங்கோலியக் கூட்டமைப்பின் முக்கியமான மூன்று பழங்குடியினத்தில் ஒன்று ஆகும்.

இவர்கள் சபைக்கால் சுக்கி பிரதேசம் மற்றும் தோர்நோத் மாகாணத்தில் வாழ்ந்தனர். இவர்களும் கியாத் போர்சிசின்களும் நெருங்கிய இனத்தவர் ஆவார். இவர்கள் போடோன்சார் முன் ஹாக்கின் வழி வந்தவர்கள் ஆவார்.

போடோன்சார் முன் ஹாக் என்பவர் ஒரு புகழ் பெற்ற மங்கோலியப் போர்த் தலைவர் ஆவார்.

இவர் செங்கிஸ்கான் மற்றும் பருலாஸ் மங்கோலியர்களின் மூதாதையர் ஆவார். இந்த பருலாஸ் இனத்தில்தான் தைமூரும் தோன்றி னார். ஆகையால், இவர் இந்தியாவை ஆண்ட முகலாயர்களுக்கும் மூதாதையர் ஆவார்.

மங்கோலியர்களின் இரகசிய வரலாறின்படி இவர் போர்த் சினோவின் 12ஆம் தலைமுறை பெயரளவு வழித்தோன்றல் ஆவார். செங்கிஸ்தான் போடோன்சார் முன்ஹாக்கின் 9ஆம் தலைமுறை நேரடி வழித்தோன்றல் ஆவார்.

சிலசமயம் இவர் எளிமையான புடோன்சர் என்றும் அழைக்கப்படு கிறார். இவரே போர்சிசின் குடும்பத்தைத் தோற்றுவித்தவர் ஆவார்.

சகதை மொழிப் பாரம்பரியர் இவரை கி.பி.747ல் அபு முஸ்லிம் புரட்சியின்போது வாழ்ந்தவராகக் குறிப்பிடுகிறது.

போடோன்சார் முன் ஹாக்கின் பொருள் 'சிறிய நெறி தவறிப் பிறந்த மூடன்' என்பதாகும். ஆனால், இவரது பெயர் மங்கோலியப் பழங்குடி யினரிடையே இவர் வகிக்கும் உயர்ந்த நிலைக்கு அப்படியே முரணாக உள்ளது.

இந்த இரு இனங்களிடையே கமக் மங்கோலியக் கூட்டமைப்பின் தலைவர் பதவிக்குப் போட்டியிருந்தது.

போர்சிசினின் காபூல்கான் ஏழு மகன்களைப் பெற்றிருந்தபோதும் தாய்சியுடு இனத்தைச் சேர்ந்த அம்பகையை கமக் மங்கோலின இரண்டாவது கான் ஆக்கினார்.

இப்பதவி இரு இனத்தவரிடையே மாறி மாறிச் சென்று கடைசியில் போர்சிசின் வம்சத்தைச் சேர்ந்த செங்கிஸ்கானிடம் வந்தது.

தெமுசின் எனும் செங்கிஸ்கான் ஆசிய நாட்காட்டியின்படி குதிரை வருடமான கி.பி. 1162-ல் இளவேனிற் காலத்தில் தற்கால மங்கோலியா வின் தலைநகரான உலான்பத்தூருக்கு அருகில் புர்கான் கல்துன் மலைக்கு அருகில் தெலுன் போல்தக்கில் பிறந்ததாகக் கருதப்படுகிறது.

செங்கிஸ்கானின் தந்தை எசுகெய் போர்சிசின் வம்சாவளியைச் சேர்ந்தவர். தாய் ஓவலுன்கொங்கிராடு பழங்குடியினரின் ஒரு பிரிவான ஓலகோனுடு இனத்தைச் சார்ந்தவராவர். மற்ற பழங்குடியினரைப் போலவே அவர்களும் நாடோடிகளாகவே இருந்தனர்.

கொங்கிராடு என்பது மங்கோலிப் பழங்குடியியனரில் ஒரு பிரிவு ஆகும். இவர்களது பகுதியானது சீனாவின் உள் மங்கோலியா மாகாணத்தின் ஹுலுன் ஏரி மற்றும் மங்கோலியாவின் கால்கா நதி ஆகியவற்றுக்கு அருகில் அமைந்திருந்தது.

அங்கிருந்தபடியே அவர்கள் ஆளும் வட சீன அரசுகளுடன் நெருங்கி தொடர்பு வைத்திருந்தனர்.

பல்வேறு கொங்கிராடு இனங்கள் ஒரே தலைவரின் கீழ் ஒன்றிணை யாமலேயே இருந்தன. இதனால் இவர்களால் ஒரு ராணுவ சக்தியாக உருவாக முடியவில்லை.

இந்த கொங்கிராடு இனத்தின் ஒரு பிரிவே ஒலகோனுடு எனும் இனம். செங்கிஸ்கானின் தாய் ஓவலுன் பிறந்த பழங்குடி இனம் இதுவே.

இந்த இனம் மைனர்களைத் தோற்கடிக்கச் செய்து செங்கிஸ்கானுக்கு உதவி செய்தது. இவர்கள் கொங்கிராடு இனத்துடன் நெருங்கிய தொடர்பு உடையவர்கள்.

செங்கிஸ்கானின் தாய் ஓவலுன், ஓலகோனுடு பழங்குடியில் மெர்கடு கூட்டமைப்பின் சிலேது என்பவர்க்கு திருமணத்திற்கு நிச்சயம் செய்யப்பட்டிருந்தார். ஆனால், கி.பி.1159ல் இவரது திருமணத்திற்குப் பிறகு, மீண்டும் மெர்கிடு முகாமுக்கு செல்லும் வழியில் எசுகெயால் கடத்தப்பட்டார்.

எசுகெய் ஓவலுனை தன் மூத்த மனைவியாக்கிக் கொண்டார். அச்சமயம் எசுகெய் பகதூர். கமக் மங்கோலியக் கூட்டமைப்பின் முக்கிய தலைவராக இருந்தார். இவர் போர்சிசின் வம்சத்தில் பிறந்தவர். இவருடைய பெயருக்கு 'ஒன்பது போல' என்று அர்த்தம். அதாவது மங்கோலியர்களின் அதிர்ஷ்ட எண்ணான ஒன்பது இலக்கத்தின் மிகச்சிறந்த குணங்களைப் பெற்றுள்ளார் என்று அர்த்தம்.

எசுகெய் ஜீன் வம்சத்தால் ககானாக அறிவிக்கப்பட்ட காபூல்கானின் இரண்டாது மகன் பர்டன் பகதூரின் மகன் ஆவார்.

காபூல்கான் முதன் முதலில் மங்கோலியர்கள் அனைவரையும் ஒன்றிணைக்க முயற்சி செய்த கைடுவின் பேரன் ஆவார்.

எசுகெய் தனது முதல் மனைவி சோச்சிகல் மூலம் இரு குழந்தைகளைப் பெற்றார். அவர்கள் பெக்டெர் மற்றும் பெல்குடெய் ஆவர். எசுகெய் ஓவலுனைக் கடத்தி தன் மனைவியாக்கிக் கொண்டது ஒரு மரியாதை நிமித்தம் ஆகும். இவர்களுக்கு ஐந்து குழந்தைகள். செங்கிஸ்கான், கசர், கச்சியுன், தெமுகே எனும் நான்கு மகன்களும் தெமுலுன் எனும் மகளும் ஆவர்.

எசுகெய் சோச்சிகல் எனும் மனைவியை முதலில் திருமணம் செய்திருந்தபோதும் ஓவலுனைத்தான் மூத்த மனைவி எனும் வாரிசு அந்தஸ்தை அளித்திருந்தார்.

சோச்சிகல் மனைவிக்கு பெக்தர் மற்றும் பெலகுதை என இரண்டு மகன்கள் இருந்தனர்.

டெமுஜின் என்பதுதான் செங்கிஸ்கானின் ஆரம்பகாலப் பெயர். பிறக்கும்போதே டெமுஜினின் கையில் ரத்தக்கட்டி இருந்ததால் இவன் பின்னாளில் உலகத்தை ஆள்வான் என்று உள்ளூர் பூசாரி கூறினார்.

அந்த ஆரூடத்தைக் கேட்ட மாத்திரத்தில் செங்கிஸ்கானின் தாயார்

ஹோலுன் என்பவருக்கும் தந்தையார் போர்ஜிகின் இனக்குழுவின் தலைவராக இருந்த எசுகெய் என்பவருக்கும் தாங்க முடியாத சந்தோஷம் ஏற்பட்டது.

மங்கோலியர்கள் எனும் பெயர் நிலை பெற்றது செங்கிஸ்கான் வருகைக்குப் பின்னர்தான்.

மத்திய ஆசியாவில் நாடோடி இனக்குழுக்களாக இருந்த டாட்டார், மெர்கிட், நய்மன், போர்ஜிகின், டாய்சூட், ஜடாரன், கெரியட் மற்றும் ஜெர்கின் ஆகிய இனக் குழுக்கள் ஒன்றிணைந்தே தற்போது மங்கோலியர்கள் என அழைக்கப்படுகின்றனர். இதில் போர்ஜிகின் இனக்குழுவின் தலைவராக இருந்தவர் செங்கிஸ்கானின் தந்தை எசுகெய்.

மங்கோலிய இனக்குழுக்கள் ஒருவருக்கொருவர் மிகுந்த கோபமும் வெறியும் கொண்டவர்களாக இருந்தனர். ஒரு இனக்குழு அடுத்த இனக் குழு மீது போர் தொடுப்பதுதான் தங்களுடைய வாழ்க்கை லட்சியம் எனத் திரிந்தவர்கள்.

ஒரு இனக்குழு மற்ற இனக்குழுவுடன் போரிடுவது போன்றே, ஒரு இசைக்குழுவின் தலைவன் மற்ற இனக்குழுவின் தலைவனுடைய மனைவியைக் கடத்திச் சென்று திருமணம் செய்து கொள்ளும் வழக்கம் அக்காலத்திலிருந்து வந்தது.

டெமுஜிங் (செங்கிஸ்கான்) தாயான ஹோலுனை எசுகெய் மணந்ததும் அப்படித்தான். ஹோலுன் மெர்கிட் இனத்தின் தலைவனான சிலுடுவின் மனைவி. முதலிரவன்றே ஹோலுனை கடத்தி வந்துவிட்டார் எசுகெய்.

போர்க்கலைகள் அனைத்தையும் செங்கிஸ்கான் சிறு வயதிலேயே கற்றுத் தேர்ந்தார்.

செங்கிஸ்கானுக்கு ஒன்பது வயது நிறைந்த நிலையில் அவனுக்குப் பெண் பார்க்கும் படலத்தைத் துவங்கி விட்டார் அவனது தந்தை எசுகெய்.

தனது நண்பரின் மகளான போர்ட்டோவை செங்கிஸ்கானுக்குப் பிடித்திருப்பது அறிந்து தந்தை எசுகெய் சம்மதம் தெரிவித்து விட்டார்.

ஆனால், செங்கிஸ்கானுக்கு திருமணம் முடியுமுன்னே எசுகெய் கொல்லப்பட்டார். டார்ட்டார் இனத்தைச் சேர்ந்தவர்கள் எசுகெய்யை கொன்றுவிட்டு சிறுவன் செங்கிஸ்கானை சிறைப்பிடித்து அடிமை

யாக்கினார்கள். ஒரு நாளைக்கு ஒரு வேளை உணவு மட்டுமே கொடுத்து கொடுமைப்படுத்தப்பட்ட செங்கிஸ்கான் பல மாதங்களை கண்ணீரில் கடத்தினான்.

டாட்டார் இனத்தைச் சேர்ந்த ஷார்கன் என்பவர் செங்கிஸ்கான் படும் துயர் கண்டு ரகசியமாக அவனுக்கு உணவுப் பொட்டலங்களைக் கொடுத்து வந்தார். இந்நிலையில் ஷார்கன் ஒரு முடிவெடுத்தார். செங்கிஸ்கானை இந்த துயரத்திலிருந்து விடுவிக்க அவனைப் பிணைத் திருந்த சங்கிலியை அறுத்துத் தப்பிக்க வைத்தார்.

அடிமைத் தளையிலிருந்து அம்பென விடுபட்ட செங்கிஸ்கானை அந்த வயதில் விடாமல் துரத்தியது பசியும் பட்டினியும். செங்கிஸ்கானின் இனத்தவர் நாடோடிகள் என்பதால் வேட்டையாடுதல் மூலம் மட்டுமே உணவு கிடைத்தது.

தன்னுடைய தம்பிகளுடன் தினமும் வேட்டைக்குச் சென்று செங்கிஸ்கான் திரும்பும்வரை அவனது குடும்பம் பசியும் பட்டினியோடும் காத்திருக்க வேண்டியிருந்தது. ஒரு எலி கிடைத்தாலும் அனைவருக்கும் பந்தி வைத்த பிறகே அவன் உண்டான்.

ஒருநாள் வேட்டையாடும்போது தன்னுடைய ஒன்றுவிட்ட அண்ணன் எலிக்கறியை திருடியதற்காக அவனைக் கொன்று விட்டான் செங்கிஸ்கான்.

அந்த நிகழ்வு செங்கிஸ்கானின் மனதில் ஒரு குற்ற உணர்வு ஏற்பட்டது. இனி வாழ்வதென்றால் அனைவரும் வாழ்வோம். செத்தால் சேர்ந்து சாவோம் என்று எஞ்சியிருந்த தனது தம்பிகளிடம் கூறினான் செங்கிஸ்கான்.

வாழ்வாதாரத்தின் நெருக்கடியான பிடியில் இருந்த செங்கிஸ்கானின் திருமணப் பேச்சை மீண்டும் ஆரம்பித்தாள் அவனது தாய் ஹோலுன்.

தாயின் வார்த்தைகளுக்குக் கட்டுப்பட்ட செங்கிஸ்கான் ஏற்கனவே முடிவு செய்யப்பட்டு இருந்த போர்ட்டோவைத் தேடிச் சென்று அவளைத் தனக்குத் திருமணம் செய்து தரும்படி அவளது தந்தையிடம் கேட்டார். அடுத்த நாளே அவர்கள் இருவருக்கும் எளிமையான முறையில் திருமணம் முடிந்தது.

திருமணம் முடிந்த கையோடு தன்னுடைய மனைவி போர்ட்டோவை அழைத்துக் கொண்டு தன்னுடைய வீட்டுக்கு வந்து சேர்ந்தான் செங்கிஸ்கான்.

மறுநாளே செங்கிஸ்கானுக்கு மிகப்பெரிய அதிர்ச்சி காத்திருந்தது. செங்கிஸ்கானின் தாயான ஹோலுனின் முதல் கணவரும் மெர்கிட் இனக் குழுத் தலைவனுமாகிய சிலுடு, பழி வாங்கும் நடவடிக்கையாக போர்ட்டோவை கடத்திச் சென்று விட்டான்.

மெர்கிட் இனக்குழுத் தலைவன் சிலுடு திருமணம் செய்த ஹோலுனை, செங்கிஸ்கானின் தந்தை எசுகெய் கடத்தி வந்து திருமணம் செய்து கொண்டதற்கு பழி வாங்க, எசுகெய்யின் மகன் செங்கிஸ்கான் மனைவியைக் கடத்திச் செல்ல வாய்ப்பு கிடைத்ததற்கு நன்றி தெரிவித்துக் கொண்டான்.

தன்னுடைய மனைவி போர்ட்டோவை மணம் செய்து அழைத்து வந்த முதல் நாளே சிலுடு கடத்திச் சென்றதால் மிகுந்த ஆத்திரமும் வேதனையும் அடைந்தான்.

மெர்கிட் இனக்குழுத் தலைவன் சிலுடுவின் மீது போர் தொடுப்ப தற்கு செங்கிஸ்கான் மற்ற இனக்குழுத் தலைவர்களின் ஆதரவை பெற எண்ணினான்.

கெரியட் இனக்குழுவின் தலைவர் ஆங்கான் மற்றும் ஜடாரன் இனக்குழுவின் தலைவரான ஜமுக்கா ஆகியோரின் ஆதரவுடன் மெர்கிட் இனக்குழுவினர் மீது படையெடுத்துச் சென்றான் செங்கிஸ்கான்.

மெர்கிட் இனத்தவர் புறமுதுகிட்டு ஓடினார்கள். அதன்பின் செங்கிஸ்கான் போர்ட்டோவை சந்தித்தபோது அவள் கர்ப்பமாக இருப்பதை அறிந்தான்.

ஆனாலும், போர்ட்டோவை ஏற்றுக் கொண்டு திரும்பினான் செங்கிஸ்கான். தனக்கு உதவி புரிந்த கெரியட் மற்றும் ஜடாரன் இனக்குழு மீது பகையைக் கொண்டு போரிட்டு அவர்களை வென்றான் செங்கிஸ்கான்.

✷

10

உலக வரலாற்றின் சாபக்கேடு

விலாசமற்றுக் கிடந்தவர்களுக்கு செங்கிஸ்கான் விலாசம் தந்தார். ஆனால், தீய வழிகளைக் கொண்டதாக அந்த விலாசம் அமைந்ததால் வரலாறு முழுவதும் மங்கோலியர்கள் சபிக்கப்படுகின்றார்கள்.

கருவில் இருக்கும் சிசுவையும் கதி கலங்கச் செய்யும் அளவுக்கு மங்கோலியர்கள் என்றால் கிலி கொள்ளச் செய்தது வரலாறு.

மங்கோலியர்கள் தங்கள் முழுக் கவனத்தையும் முஸ்லீம் உலகுக்கு எதிராகத் திருப்பி பல போர்களை முன்னெடுத்தார்கள். லட்சக்கணக்கான உயிர்களை அது காவு கொண்டது.

ஆனால், அதே சமயம் மங்கோலியர்

தமது இறுதிக்கட்டங்களில் முஸ்லீம்களின் பக்கம் ஈர்க்கப்பட்டு தங்கள் மூதாதையர் செய்த தவறுகளுக்கான பரிகாரமாக அம்மார்க்கத்துக்குப் பெரிய தொண்டாற்றி மீண்டும் வரலாறு படைத்தார்கள்.

மங்கோலியத் துருக்கிய இனக்குழுக்களை இணைத்து மாபெரும் மங்கோலியப் பேரரசை உருவாக்கி உலக வரலாற்றின் மிகப்பெரிய ராணுவத் தலைவராக வலம் வந்தவர் செங்கிஸ்கான் எனும் தெமுசின்.

கி.பி. 1206ல் செங்கிஸ்கானால் உருவாக்கப்பட்ட மங்கோலியப் பேரரசு இவரது இறப்புக்குப் பிறகு உலகின் மிகப்பெரிய ஒன்றிணைந்த நிலப் பேரரசு ஆனது.

உலகின் மொத்த நிலப்பரப்பு 14.8 கோடி சதுர கி.மீ. ஆகும். இதில் 16.11 சதவீத நிலப்பரப்பை மங்கோலியப் பேரரசு ஆக்கிரமித்துள்ளது. அதாவது 24 மில்லியன் கி.மீ. நிலப்பகுதி ஆகும்.

செங்கிஸ்கான் வடகிழக்கு ஆசியாவின் நாடோடிப் பழங்குடியினர் பலரையும் இணைத்து அதன் மூலமாக ஆட்சிக்கு வந்தார்.

செங்கிஸ்கானின் வாழ்நாள் இறுதிக்கட்டத்தில் இவரது மங்கோலியப் பேரரசானது மத்திய ஆசியா மற்றும் சீனாவின் கணிசமான பகுதிகளை ஆக்கிரமித்திருந்தது. ஒரு லட்சம் படைவீரர்களைக் கொண்ட இவரது இராணுவம் 1000 லட்சம் மக்களைக் கொண்ட பேரரசை உருவாக்கியது.

தெமுசின் ஆக இருந்த இவர் செங்கிஸ்கான் என்று பறைசாற்றப்பட்ட பிறகு பெரும் பகுதி ஐரோவாசியாவை வெற்றி கொண்ட மங்கோலியப் படையெடுப்புகளைத் தொடங்கினார்.

செங்கிஸ்கானின் வாழ்நாளில் ஆரம்பிக்கப்பட்ட படையெடுப்புகள் கருப்பு சீனா, காக்கேசியா, குவாரசமியப் பேரரசு, மேற்கத்திய சியா மற்றும் சின் வம்சா வழியினருக்கு எதிரானவை உள்ளிட்டவையாகும்.

இந்தப் படையெடுப்புகளில் முக்கியமாக குவாரசமியா மற்றும் மேற்கத்திய சியாவின் ஆட்சிக்குட்பட்ட பகுதிகளில் பல உள்ளூர் மக்கள் பெரிய அளவில் படுகொலை செய்யப்பட்டனர்.

தனது இராணுவ சாதனைகளுக்கு அப்பால் செங்கிஸ்கான் பிற வழிகளிலும் மங்கோலியப் பேரரசை முன்னேற்றினார்.

தான் எழுத்தறிவற்றவராக இருந்தபோதிலும் மங்கோலிய சாம்ராஜ்ய எழுத்து முறையாக உய்குர் எழுத்து முறையைப் பின்பற்ற இவர் காரணமாக இருந்தார்.

பழைய உய்குர் எழுத்துக்கள் என்பவை பழைய உய்குர்மொழியை எழுதப் பயன்பட்டவை ஆகும். பழைய உய்குர் மொழியானது பழைய துருக்கிய மொழியின் வகையாகும். இது துர்பன் மற்றும் கன்சு ஆகிய நகரங்களில் பேசப்பட்டது.

இது தற்கால மேற்கத்திய யுகுர்மொழியின் முன்னோடியாகும். இதுவே மங்கோலிய மற்றும் மஞ்சூ எழுத்துக்களுக்கு முன்னோடியாகும்.

இலக்கிய நயம் அல்லது பாரம்பரிய மங்கோலிய எழுத்து முறை என்பது மங்கோலிய மொழிக்காக உருவாக்கப்பட்ட எழுத்து முறை யாகும்.

செங்கிஸ்கான் மங்கோலிய சாம்ராஜ்யத்தில் தகுதி அடிப்படையில் பதவி வழங்குவதையும் மத சகிப்புத் தன்மையையும் ஊக்குவித்தார்.

மேலும், வடகிழக்கு ஆசியாவின் நாடோடி பழங்குடியினரை ஐக்கியப் படுத்தினார். இன்றைய மங்கோலியர்கள் இவரை மங்கோலியாவின் ஸ்தாபகத் தந்தையாகக் கருதுகின்றனர்.

செங்கிஸ்கானின் படையெடுப்புகளின் கொடுமைத்தனம் மற்றும் பலரை இனப்படுகொலை செய்த ஆட்சியாளராகக் கருதப்பட்டாலும் இவர் பட்டுப் பாதையை ஒரு ஒத்திசைவான அரசியல் சூழலின் கீழ்க் கொண்டு வந்ததன் மூலம் புகழப்படுகிறார்.

இது தொடர்பு மற்றும் வர்த்தகத்தை வடகிழக்கு ஆசியாவிலிருந்து முஸ்லீம் தென்மேற்கு ஆசியா, கிறிஸ்துவ ஐரோப்பியாவிற்கு கொண்டு சேர்த்ததன் மூலம் மூன்று கலாச்சாரப் பகுதிகளின் எல்லைகளை விரிவுப்படுத்தியது.

செங்கிஸ்கான் தன் இறப்பிற்கு முன்னதாக தனக்கு அடுத்த மன்னராக தனது மைந்தன் ஒகோடிகானை நியமித்தார்.

பின்வந்த காலங்களில் இவரது பேரன்கள் இவரது பேரரசை கானேடுகளாகப் பிரித்தனர்.

கானேடு என்பது கான் அல்லது ககானால் ஆளப்படும் ஒரு அரசியல் அமைப்பு ஆகும். தற்காலத் துருக்கிய மொழியில் இந்த சொல் ககான்லிக் எனப்படுகிறது. இது பழங்குடியின அரசியலமைப்பு ஆகும். இளவரசு ஆட்சிப்பகுதி முடியாட்சி அல்லது பேரரசுக்கு இணையாக இது அர்த்தப்படுத்தப்படுகிறது.

செங்கிஸ்கான் மேற்கு சியாவைத் தோற்கடித்த பின்னர் 1227-ல் இறந்தார். இவர் மங்கோலியாவில் ஒரு அடையாளமில்லாத இடத்தில் புதைக்கப்பட்டார்.

இவரது சந்ததியினர் தற்கால சீனா, கொரியா, காக்கேசியா, மத்திய ஆசியா, கிழக்கு ஐரோப்பா மற்றும் தென்மேற்கு ஆசியாவின் கணிசமான பகுதிகளை வெற்றி கொண்டு மங்கோலியப் பேரரசினை ஐரோவாசியா வுக்கு விரிவாக்கினார்.

செங்கிஸ்கான் மங்கோலியத் தலைவர் என்றும் தைமூரிய தாத்தாரியத் தலைவர் என்றும் அழைக்கப்படுகின்றார். மங்கோலியா தாத்தாரியா என்ற இரு இனமும், செங்கிஸ்கானின் தலைமையில் ஒன்றிணைந்த தாகவே வாழ்ந்தனர்.

செங்கிஸ்கானின் மரணத்தின் பின்னர் அவர்கள் தமது ஆட்சி மாகாணங்களைப் பிரித்துக் கொண்டனர் வாரிசுகள். தைமூரிகள் சமர்கந்தை தனது தலைமைப் பீடமாக எடுத்து ஆட்சி செய்தனர் என்பதே வரலாறு கூறும் செய்தியாகும்.

உலக வரலாற்றில் செங்கிஸ்கானின் வருகைக்கு முன்பாக மங்கோலியர் அறியப்படாதவர்களாகவே இருந்தனர்.

மங்கோலியாவில் பதின்மூன்றாம் நூற்றாண்டில் மேற்குப் பகுதியான ஜோபி கடலுக்கும் மலைப்பகுதிக்கும் இடைப்பட்ட பாலைவனப் பகுதியில் வாழ்ந்த கரடுமுரடான சமூகம் என்று விளக்கம் தரப்படுகிறது.

உலகில் பொதுவாகவும் இஸ்லாமிய உலகிலும் பல கொடூரங்களைக் கட்டவிழ்த்து விட்ட மங்கோலியர்கள் தமது காலடியின் கீழ் பல பிரதேசங்களை மண்டியிட வைத்தனர்.

தம்மிடம் காணப்பட்ட படை பலங்களைப் பயன்படுத்தி பிரதேசங் களை தமது ஆதிக்கத்தின்கீழ் அடிபணிய வைத்தனர்.

இந்தியா மீதான மிருகத்தனமான படையெடுப்பு நடவடிக்கையால் செங்கிஸ்கான் டில்லியைப் பாழடைந்த நிலையில் விட்டு வைத்ததுடன், அதன் வீதிகள் சடலங்களால் நிரம்பி வழியச் செய்தார்.

அதேவேளையில் அவர்கள் கைப்பற்றிக் கொண்ட வடஇந்தியா போன்ற பகுதிகள் கலவரங்கள் நிறைந்து காணப்பட்டதோடு பசியும் வறுமையும் அங்குத் தாண்டவம் ஆடியது.

உலகின் பல பகுதிகள் செழிப்புற்று வளமாக வாழ்ந்து கொண்டிருந்த போது இந்தியா மீதான செங்கிஸ்கான் படையெடுப்பு இந்திய தேசத்தின் செழுமைக்கு முட்டுக்கட்டையாக அமைந்துவிட்டது.

இந்தியா மீதான இவனது படையெடுப்பு விளைவாக முஸ்லீம், இந்து ஐக்கியம் என்பது கேள்விக்குறியானது. அங்கு மதக்கலவரங்கள் உருவாகின.

மங்கோலியப் படையெடுப்பால் இந்திய சிற்பிகள், கட்டிடக் கலைஞர்கள், கலைவாதிகள் போன்ற பலர் சமர்கண்டுக்கு கைதிகளாக கொண்டு செல்லப்பட்டதனால் அங்கு பள்ளிவாசல்கள், உயர்தர கோட்டைகள் போன்றவைகள் நிறுவப்பட்டன.

மங்கோலியப் படையெடுப்பு உலக வரலாற்றில் மிகப்பெரும் சாபக்கேடாகவே இருந்துள்ளது.

*

11

மங்கோலியப் பேரரசி

போர்ட்டே உசின்கதுன் என்பவர் செங்கிஸ்கானின் மனைவி ஆவார். இவர் மங்கோலியப் பேரரசின் பேரரசியாக இருந்தார்.

இவர் செங்கிஸ்கானை தமது 17வது வயதில் திருமணம் செய்து கொண்டார். திருமணத்திற்குப் பிறகு மெர்கிடு பழங் குடியினரால் கடத்தப்பட்டார்.

இவரை மீட்க செங்கிஸ்கான் முயன் றதே அவரது உலகை வெல்லும் முயற்சி யின் ஆரம்பமாக இருந்திருக்கலாம் எனக் கருதப்படுகிறது.

போர்ட்டே 1161-ஆம் ஆண்டு கொங்கிராடு இனத்தின் ஓலகோனுடு பிரிவில் பிறந்தார். இந்த இனத்தினர் போர்சிசின் இனத்துடன் நட்பாக

இருந்தனர். இவரது தாய், தந்தையர் செயிச்சேன் மற்றும் தசோதன் ஆவர்.

முகத்தில் வெளிச்சமும் கண்களில் நெருப்பும் உடையவராக அறிவில் சிறந்தவராக போர்ட்டோ விளங்கினார்.

இவரது திருமணம் தாய் சசன் மற்றும் எசுகெயால் நிச்சயிக்கப்பட்டது. அச்சமயம் செங்கிஸ்கானுக்கு (தெமுசின்) வயது 9. போர்ட்டோக்கு வயது 10. நிச்சயத்திற்குப் பின் செங்கிஸ்கான் இவரது குடும்பத்துடன் தங்கினார்.

செங்கிஸ்கான் தந்தை எசுகெயை தாதர்கள் உணவு உண்ண அழைத்து நயவஞ்சமாக விஷம் வைத்துக் கொன்றனர். ஆண் இல்லாத குடும்பம் என்பதால் இவரது குடும்பத்தை இவரது நாடோடிக் கூட்டம் ஒதுக்கி வைத்தது.

ஆதரவற்ற தன் குடும்பத்தைக் காப்பாற்ற செங்கிஸ்கான் புறப் பட்டார். பின்னர் 1178-ஆம் ஆண்டில் போர்ட்டோவைக் காண செங்கிஸ்கான் பயணம் செய்தார்.

தாய் சசனின் அனுமதியுடன் செங்கிஸ்கான் போர்ட்டோவையும் அவரது தாயையும் தன் கூடாரத்துக்கு அழைத்துச் சென்றார்.

செங்கிஸ்கானின் கூடாரம் செங்கூர் ஆற்றின் அருகிலேயே இருந்தது. போர்ட்டோக்கு வரதட்சணையாக கருப்பு சேபில் சட்டை கொடுக்கப் பட்டது.

செங்கிஸ்கான் போர்ட்டோவை திருமணம் செய்தபிறகு மூன்று மெர்கிடுகள் எனும் பழங்குடியினர் விடியற்காலையில் தாக்குதல் நடத்தினர்.

செங்கிஸ்கானும் மற்ற ஆண்களும் குதிரைகளில் ஏறித் தப்பினர். குதிரைகள் பற்றாக்குறையால் பெண்களால் தப்ப முடியவில்லை.

போர்ட்டோ மெர்கிடுகளால் கடத்தப்பட்டாள். பல மாதங்களுக்குப் பிறகு செங்கிஸ்கான் தன் கூட்டாளிகள் சமுக்கா மற்றும் வாங்கானின் உதவியுடன் போர்ட்டோவை மீட்டார். செங்கிஸ்கான் வரலாற்றில் ஒரு முக்கியமான பகுதியாக இது கருதப்படுகிறது. ஏனெனில், பிற்காலத்தில் உலகமே நடுங்கிய ஒரு செங்கிஸ்கானாக மாறியதன் ஆரம்பம் இதுதான்.

போர்ட்டே எட்டு மாதங்கள் கழித்து மீட்கப்பட்டார். மீட்கப்பட்ட பின் ஒரு குழந்தையைப் பெற்றெடுத்தார். அக்குழந்தையின் தந்தை யார் என்ற குழப்பம் ஏற்பட்டது. ஏனெனில் இவர் இன்னொருவரின் மனைவியாக இருந்தார். ஆனால், செங்கிஸகான் அக்குழந்தைக்கு சூச்சி என்று பெயரிட்டு தன் குடும்பத்துடன் தங்கச் செய்தார். மகனாக வளர்த்தார்.

சூச்சியே செங்கிஸ்கானின் வாரிசாக வேண்டியது. ஆனால், இவரது தந்தை யார் என்ற குழப்பத்தால் இவரது சகோதரர்கள் இவரை ஏற்க மறுத்தனர்.

செங்கிஸ்கான் பேரரசராக ஆன பிறகு போர்ட்டே பேரரசியானார். செங்கிஸ்கான் போருக்குச் செல்லும்போது அவரது தம்பி தெமுகே மங்கோலியாவை ஆண்டார். போர்ட்டே அவருக்கு ஆலோசனைகள் வழங்கினார். இவரும் சில பகுதிகளை ஆண்டார். கெர்லென் ஆற்றுப் பகதிகள் இவருக்கென ஒதுக்கப்பட்டிருந்தன. இப்பகுதி முதலில் தாதர்கள் வசம் இருந்தது.

போர்ட்டே வெள்ளை நிற ஆடையுடன் தலைமுடிகளில் தங்க நாணயங்களால் அலங்கரிக்கப்பட்டு கையில் வெள்ளை நிற ஆட்டுக் குட்டியுடன் உள்ளவராகக் காண்பிக்கப்படுகிறார். மேலும், இவர் ஒரு வெள்ளைக் குதிரையில் எப்போதும் பவனி வரும் தோற்றத்தில் காணப்படுகிறார்.

சூச்சி செங்கிஸ்கானின் மூத்த மகன் ஆவார். எனினும் இவரது உண்மையான தந்தை யார் என்ற கேள்வி இவர் வாழ்நாள் முழுவதும் துரத்தியது.

ஒரு திறமையான இராணுவத் தலைவராக விளங்கினார். இவர் தமது சகோதரர்கள் மற்றும் சித்தப்பாக்களுடன் இணைந்து மத்திய ஆசியாவைக் கைப்பற்ற தன்னுடைய தந்தையின் படையில் கலந்து போரிட்டார்.

செங்கிஸ்கான் எப்பொழுதுமே சூச்சியை தனது முதல் மகனாகத்தான் பாவித்தார். சூச்சியின் வழித் தோன்றல்கள் செங்கிஸ்கான் குடும்பத்தில் மிகப் பழைய கிளையாக இருந்தபோதிலும் அவர்கள் எப்போதுமே மங்கோலியப் பேரரசின் கானாகத் தேர்ந்தெடுக்கப்பட கருதப்பட வில்லை.

1207-இல் சூச்சி சைபீரியாவில் இருந்த காட்டுப்பகுதி மக்கள் பலரை வென்றார். இதன் காரணமாக முதன் முதலாக மங்கோலியப் பேரரசின் வடக்கு எல்லை விரிவாக்கம் செய்யப்பட்டது.

தனது தந்தைக்காக சூச்சி இரண்டு படையெடுப்புகளை கிர்கிசுக்களுக்கு எதிராக 1210 மற்றும் 1218 ஆகிய இரண்டு வருடங்களில் நடத்தினார். 1219-1221 வருட நடுவில் ஆசிய குவாரசாமியப் போரில் சூச்சி முக்கியப் பங்காற்றினர்.

சூச்சியின் சகோதரர் சகதை இந்த நடவடிக்கை ராணுவ ரீதியாகப் பயனற்றது என்று கருதினர்.

அந்த ஊர் கஞ்ச் நகரை அழிக்க அவர் எண்ணினார். ஆனால், செங்கிஸ்கான் அந்த நகரத்தை வெற்றி கொண்டபின் சூச்சியிடம் ஒப்படைப்பதாக வாக்களித்திருந்தார்.

ராணுவ நடவடிக்கையில் இருந்த கருத்து வேறுபாடு சூச்சி மற்றம் சகதை இடையே ஒரு மோதலை உருவாக்கியது.

செங்கிங்கான் அத்தாக்குதலில் தலையிட்டு ஒகோடியை (மகன்) அத் தாக்குதலுக்குத் தலைவராக்கினார். ஒகோடி ராணுவ நடவடிக்கைகளை கடுமையாகத் தொடர்ந்தார்.

அந்நகரைக் கைப்பற்றி சூறையாடி முழுவதுமாக அழித்து நகர மக்களையும் கொன்றார்.

1221-ன் ஆரம்பத்தில் சூச்சி மற்றும் சகதை இடையேயான மோதல்கள் எதிர்காலத்தில் யார் மங்கோலிய பேரரசின் கான் என்பதை நோக்கியே பயணப்பட்டது. இப்பிரச்சினையைத் தீர்க்கச் செங்கிஸ்கான் பெரிதும் பாடுபட்டார்.

இப்பிரச்சினையைத் தீர்க்க செங்கிஸ்கான் அரசியல் மற்றும் ராணுவ அவையான 'குளூல்த்தாயை' நடத்த அழைப்பு விடுத்தார்.

குடும்ப விவகாரங்கள் மற்றும் அரசு விவகாரங்களுக்குப் பயன்படுத்தப் பட்ட ஒரு அதிகாரபூர்வ சந்திப்பு குளூல்த்தாய் ஆகும்.

தன்னுடைய பழங்குடி இனத்தின் கான் ஆவதற்கு செங்கிஸ்கான் இந்த குளூல்த்தாய் தேர்வு மூலமே பெற்றான்.

செங்கிஸ்கானின் நடவடிக்கைகள் சட்டரீதியான அங்கீகாரம் பெற இந்த சந்திப்புகள் முக்கியமானவையாகக் கருதப்பட்டது.

இவை பழங்குடியின பாரம்பரியத்திற்கும் முக்கியமானவையாக இருந்தன. செங்கிஸ்கானின் முதலில் பிறந்த மகனாக இனம் மற்றும் பேரரசை செங்கிஸ்கான் இறந்த பிறகு ஆள்வதற்கு ஜூச்சிக்கு ஆதரவு இருந்தது.

1222-இல் கூட்டப்பட்ட குடும்ப சம்பந்தப்பட்ட குளுல்தாயில் சகதை, ஜூச்சியின் சட்டரீதியான அங்கீகாரத்தைக் கேள்விக்குறியாக்கினார். அந்தச் சந்திப்பில் ஜூச்சிதான் தனது அதிகாரபூர்வ முதலில் பிறந்த மகன் என செங்கிஸ்கான் விளங்கினார்.

ஆனால், அவர்களுக்கு இடையேயான கருத்து வேறுபாடு என்றுமே மறையவில்லை.

இவர்களுக்கு இடையேயான கருத்து வேறுபாடு எதிர்காலத்தில் அரசியல் ரீதியாக மங்கோலியப் பேரரசின் ஐரோப்பிய பகுதியை அதன் ஆசியப் பகுதியிலிருந்து நிரந்தரமாகப் பிரித்தது.

குவாரசமியப் படையெடுப்பை முடித்த பிறகு 1223-ஆம் ஆண்டில் செங்கிஸ்கான் மங்கோலியாவுக்குப் புறப்பட்டார்.

சகதை, ஒகோடி மற்றும் டொலுய் அவருடன் சென்றனர். ஆனால், ஜூச்சி அரல் மற்றும் காஸ்பியன் கடல்களுக்கு வடக்கே இருந்த தனது பகுதிகளுக்குச் சென்று விட்டார். அவர் இறக்கும்வரை அங்கேயே இருந்தார். தன் வாழ்நாளில் தன் தந்தையை அவர் மீண்டும் சந்திக்கவே இல்லை.

செங்கிஸ்கான் தனது பேரரசை கானேடுகளாக தனது நான்கு மகன்களுக்கு தன் வாழ்நாளிலேயே பிரித்துக் கொடுத்தார்.

ஜூச்சிக்குப் பேரரசின் கடைக்கோடி மேற்குப் பகுதி கொடுக்கப் பட்டது. அது ஹல் மற்றும் இர்டிஸ் ஆறுகளுக்கு இடையில் அமைந் திருந்தது. செங்கிஸ்கானின் இறப்பிற்குப் பிறகு 1229-இல் நடந்த குளுல்த்தாயில் இந்தப் பிரிவு அதிகாரபூர்வமாக்கப்பட்டது.

மங்கோலிய குதிரைக் குளம்புகள் படும் தூரம் வரை மேற்குப் பகுதியில் உள்ள நிலங்கள் ஜூச்சியின் குடும்பத்திற்கு வழங்கப்பட்டது.

மங்கோலிய வழக்கப்படி செங்கிஸ்கான் தனது மூத்த மகன்கள் மூன்று பேருக்கும் வெறும் நான்காயிரம் மங்கோலிய துருப்புகளை மட்டுமே வழங்கினார்.

கடைசி மகன் டொனுய்க்கு 101000 துருப்புகளை வழங்கினார். பிறகு சூச்சியின் வழித்தோன்றல்கள் தங்களது பேரரசை வெற்றி கொண்ட மக்கள் தொகையில் இருந்து பெறப்பட்ட துணைத் துருப்புகளைக் கொண்டே விரிவுப்படுத்தினார். அந்தத் துருப்புகள் துருக்கியர் ஆவர்.

தங்க நாடோடிக் கூட்டம் துருக்கிய அடையாளம் பெற இதுவே முக்கிய காரணமாகும். சூச்சியின் பகுதிகள் அவரது மகன்களுக்குப் பிரித்துக் கொடுக்கப்பட்டன.

ஒரு பெரிய சமூக வேட்டையின் மேற்பார்வை மற்றும் நடத்தும் பொறுப்பை சூச்சிக்கு செங்கிஸ்கான் வழங்கினார். வேட்டை என்பது உண்மையிலேயே ஒரு அளவிலான ராணுவ பயிற்சியாகும். இது ராணுவத்தைப் பயிற்றுவிக்க உருவாக்கப்பட்டிருந்தது.

வேட்டை என்பது ஒரு மாதம் முதல் மூன்று மாதங்கள் வரை நடக்கும். சட்டங்கள் மற்றும் இராணுவப் பயிற்சியை நடத்தும் முறை ஆகியவை மங்கோலிய சட்டமான யசாவில் குறிப்பிடப்பட்டுள்ளன.

சூச்சியின் வழித்தோன்றலான பெர்கே மங்கோலியர்களிலே ஆரம்பத்தில் இஸ்லாம் மதத்திற்கு மாறியவராவார்.

சூச்சியின் மகன் படுவின் கீழ் ஆட்சியானது அதன் மேற்கு கோடி எல்லைவரை விரிவாக்கப்பட்டது.

✸

12

மங்கோலியர்களின் மூர்க்க வெறி

வன்முறை மிகுந்த மன்னர்கள் பட்டியலில் செங்கிஸ்கானுக்கு முதல் இடம் கொடுத்திருக்கிறார்கள் வரலாற்று ஆசிரியர்கள்.

போரில் வன்முறை தவிர்க்க முடியாததுதான். ஆனால், அளவுக்கு மீறிய கொலைவெறியைப் போரில் காட்டினான் செங்கிஸ்கான். இரண்டு கோடி பேருக்கு மேல் மங்கோலியர்களின் ஈட்டிகளுக்கும் அம்புகளுக்கும் இரை யானார்கள்.

மங்கோலியர்களின் மூர்க்க வெறி குறித்து பல்வேறு சம்பவங்கள் வரலாற்றில் குறிப்பிடப்பட்டுள்ளது.

யுத்தகளப் பயணங்களின்போது வழியில் உதடுகள் வறண்டாலோ தாகம்

ஏற்பட்டாலோ மங்கோலிய வீரர்கள், தாங்கள் பயணிக்கும் குதிரையின் கழுத்தருகே கத்தியால் ஒரு கீறல் போட்டு வெளிப்படும் ரத்தத்தைச் சற்று உறிஞ்சிக் கொள்வார்களாம்.

ரஷ்யப் படை வீரர்களால் செங்கிஸ்கானின் ஆவேசமான வேகத்தைத் தடுத்து நிறுத்த முடியவில்லை. இருபதாயிரம் வீரர்களை மட்டுமே பயன்படுத்தி எண்பதாயிரம் ரஷ்ய வீரர்களைத் தோற்கடித்தான் செங்கிஸ்கான்.

கைது செய்யப்பட்ட ரஷ்ய தலைமைத் தளபதியும் இளவரசருமான ஸ்டிஸ்லாவ், செங்கிஸ்கான் முன்பு நிறுத்தப்பட்டான். என்னதான் இருந்தாலும் ரஷ்ய இளவரசர் ரத்தம் கீழே சிந்துவதை நான் விரும்ப வில்லை என்று நக்கலாக செங்கிஸ்கான் கூற, கம்பள விரிப்புக்குள் இளவரசை உருட்டி மிதித்துக் கொன்றார்கள்.

செங்கிஸ்கான் தான் வென்ற நகரங்களை ஆளத் தகுதி வாய்ந்த பணியாளர்கள் தேவை என்பதை உணர்ந்தான்.

மேலும், மங்கோலியர்கள் நாடோடிகள் என்பதால் அவர்களுக்கு அதில் அனுபவம் இல்லை என்பதையும் உணர்ந்தார். இதற்காக அவர் எனுசுகை எனும் கிதான் இளவரசரைத் தேர்ந்தெடுத்தார்.

400 வருடங்களாக உரோமனியர்கள் கைப்பற்றியதைவிட அதிக நிலப்பகுதியையும் அதிக மக்களையும் இருபத்தைந்து வருடங்களில் மங்கோலிய ராணுவம் கைப்பற்றியது.

செங்கிஸ்கானைப் பொறுத்தமட்டில் விதிகளைப் பின்பற்றி போர் புரிபவர்களுக்கு வெற்றி கிடைப்பதில்லை. விதிகளை உருவாக்கி அதை மற்றவர்களைப் பின்பற்ற வைப்பவர்களுக்குத்தான் வெற்றி கிடைக்கும் என்று அறிந்திருந்தார்.

செங்கிஸ்கான் முகலிசெலே மற்றும் சுபுதை உள்ளிட்ட அவரது தளபதிகள் மேல் முழு நம்பிக்கை வைத்திருந்தான். அவர்களை நெருக்க மான ஆலோசகர்களாக வைத்திருந்தான்.

மங்கோலியப் பேரரசின் தலைநகரமான கரகோரத்தில் இருந்து தொலலைவில் அவர்கள் போர் புரியும்போது முடிவுகள் எடுக்க அவர் களுக்கு முழு சுதந்திரம் அளித்திருந்தான்.

செங்கிஸ்கானுக்கு விதிகளை மீறுபவர்களைப் பிடிக்காது. சரணடைந் தவர்களை மங்கோலியர்கள் எதுவும் செய்ய மாட்டார்கள்.

ஒருமுறை சரணடைந்த ஒரு நகரை அவரது மருமகன் ஒருவர் கொள்ளையடித்தார். இதனால் கோபம் கொண்ட செங்கிஸ்கான் அவரைத் தளபதி பொறுப்பிலிருந்து நீக்கி சாதாரண படை வீரனாக்கி னார். அடுத்த போரில் படையின் முதல் ஆளாகச் செல்லுமாறு கட்டளை யிட்டார். ஆனால், போர் முடிவில் அந்த மருமகன் உயிரோடு திரும்ப வில்லை.

மங்கோலியப் படையானது முற்றுகைப் போரிலும் சிறந்து விளங்கியது. தாக்குதலுக்குட்பட்ட நகரங்களுக்கு செல்லும் அனைத்துப் பொருட்கள், நீர், உணவு போன்றவை முடக்கப்பட்டன.

நதிகள் அவற்றின் பாதையிலிருந்து நகரங்களுக்குள் திருப்பி விடப் பட்டன. எதிரிக் கைதிகள் மங்கோலிய இராணுவத்திற்கு முன்னால் கேடயமாக பயன்படுத்தப்பட்டனர்.

முக்கியமாக, முஸ்லிம் மற்றும் சீன முற்றுகை யந்திரங்கள் மற்றும் பொறியாளர்கள் நகரங்களைப் கைப்பற்றுவதில் மங்கோலியக் குதிரைப் படைக்குத் துணையாக நின்றனர்.

மங்கோலிய ராணுவம் வெடிமருந்தைப் போருக்குப் பயன்படுத்தியது. மங்கோலியர்களின் வெடிமருந்துத் தாக்குதலில் இருந்து தப்பியவர்கள் மங்கோலியர்கள் டிராகன்களைக் கொண்டு தாக்குவதாகச் செய்திகளைப் பரப்பினர். பொதுவாக, மங்கோலியப் பேரரசின் பகுதிகள் முழுவதும் செங்கிஸ்கானால் கைப்பற்றப்பட்டதாகக் கருதப்படுகிறது. ஆனால், உண்மை அதுவல்ல.

கி.பி. 1227-இல் செங்கிஸ்கான் இறந்தபோது மங்கோலியப் பேரரசு காஸ்பியன் கடலிலிருந்து ஜப்பான் கடல்வரை நீண்டிருந்தது. அதன் விரிவாக்கம் ஒன்று அல்லது அதற்கு மேற்பட்ட தலைமுறைகளுக்குத் தொடர்ந்தது.

செங்கிஸ்கானுக்கு பின் வந்த ஒகோடி கானின் தலைமையில் விரிவாக்க வேகம் அதன் உச்சத்தை அடைந்தது. மங்கோலியப் படைகள் பார சீகத்தை அடைந்தன. மேற்கு சியாவிலும் குாரசமியாவிலும் எஞ்சிய வற்றை முடித்தன.

சீனாவின் ஏகாதிபத்திய சாங் வம்சத்துடன் மோதின. இறுதியில் கி.பி. 1279-இல் சீனா முழுவதையும் கைப்பற்றின. மேலும், ருசியா மற்றும் கிழக்கு ஐரோப்பாவையும் அடைந்தன.

செங்கிஸ்கான் நாட்டின் உருவாக்கத்திற்காகவும் அரசியல் மற்றும் ராணுவ அமைப்புகளை ஏற்படுத்தியதற்காகவும் போர்களில் கண்ட வெற்றிகள் காரணமாகவும் மங்கோலியாவில் நூற்றாண்டுகளாகப் போற்றப்படுகிறார். துருக்கியர் மற்றும் இனத்தவர்களாலும் மதிக்கப்படு கிறார். இவர் மங்கோலியர்கள் மத்தியில் அசாதாரணமானவராக உருவாகியுள்ளார்.

மங்கோலியக் கலாச்சாரத்தின் சின்னமாகவே செங்கிஸ்கான் மதிக்கப்படுகிறார்.

மங்கோலியாவில் கம்யூனிச காலத்தின்போது செங்கிஸ்கான் அடிக்கடி பிற்போக்குத்தனமானவராகவே சித்தரிக்கப்பட்டார்.

கி.பி. 1990களின் முற்பகுதியில் செங்கிஸ்கான் பற்றிய நினைவுகள் ஒரு சக்தி வாய்ந்த புத்துயிர் பெற்றன.

மங்கோலியாவின் மற்ற நாடோடிகளைப் போலவே செங்கிஸ்கானின் ஆரம்பகால வாழ்க்கையும் கடினமாக இருந்தது.

செங்கிஸ்கானின் தந்தை எசுகெய் தன்னுடைய மகன் மீது பெரிய மதிப்போ அன்போ கொண்டிருந்ததாகக் கருதுவதற்கில்லை.

ஒருமுறை ஊரைவிட்டு ஊர் இடம்பெயரும்போது செங்கிஸ்கானின் தந்தை அவரை மறந்து விட்டு விட்டுச் சென்று விட்டார். பின்னர் தாய்சியுடு இனத்தைச் சேர்ந்த தர்குதை என்பவர்தான் இவரை மீட்டு இவரது குடும்பத்திடம் ஒப்படைத்திருக்கிறார்.

முக்கியயமாக செங்கிஸ்கான் எழுத்தறிவு பெறாத நிலையில் இருந்தது குறிப்பிடத்தக்கது. உலகையே ஒருநாள் தன் குடையின்கீழ் கொண்டு வரப்போகும் சூரிய கோமகன் என்பதற்கான எந்தவித சமிக்ஞையும் அவரது சிறு வயதில் அவரிடத்தில் தென்படவில்லை.

இவரது தம்பிகள் கசர் இவரைவிட மல்யுத்தத்தில் சிறந்து விளங்கினார். அதுமட்டுமல்ல சிறந்த வில்லாளியாகவும் திகழ்ந்தார்.

தம்பியின் வலிமை ஒரு பக்கம் இவரை மிரட்ட அண்ணன் பெத்தர் இவரிடம் சதா வம்பும் வழக்கும் தொடுப்பவராக இருந்தார்.

செங்கிஸ்கானுக்கு நாய்கள் என்றாலே அலர்ஜி, பயம். மங்கோலிய நாய்களின் மூர்க்கத்தைப் பற்றி கூற வேண்டியதில்லை.

செங்கிஸ்கானின் பிரதானமான விசுவாசமிக்க கூட்டாளியாகக் கருதப்படுபவர் பூர்ச்சு.

இவர் செங்கிஸ்கான் இளம் வயதில் இருக்கும்போது சந்தித்தார். அந்நேரத்தில் செங்கிஸ்கான் தன் தொலைந்து போன குதிரைகளைத் தேடிக் கொண்டிருந்தார். பூர்ச்சு அக்குதிரைகளை மீட்பதற்கு உதவி புரிந்தார்.

செங்கிஸ்கானுடன் அதன் பின்னர் தன் தந்தையைப் பார்க்கத் திரும்பினார் பூர்ச்சு.

செங்கிஸ்கானின் மனைவி போர்ட்டை மெர்கிடுகள் கைதியாகப் பிடித்தபோது செங்கிஸ்கான் தப்பிக்க வேண்டிய கட்டாயத்திற்குத் தள்ளப்பட்டார். அச்சமயம் செங்கிஸ்கானுக்கு உதவும் பணியில் பூர்ச்சு சென்று மெர்கிடுகளை வேவு பார்த்தார்.

செங்கிஸ்கான் மங்கோலியர்களின் பெரிய கானாகப் பட்டம் பெற்ற பிறகு பூர்ச்சு கானைப் பின்பற்றுபவர்களின் தலைவர் ஆக்கப்பட்டார்.

செங்கிஸ்கான் தலன்னமுருகேசில் தாதர்களுடன் போர் புரிய இருந்தபோது பெரும் மழை கொட்டியது. பூர்ச்சு ஒரு தோல் போர்வையை வைத்துப் பிடித்து செங்கிஸ்கான் மீது ஒரு துளி மழை விழாமல் பார்த்துக் கொண்டார்.

காலகல்சித் மணலில் சமுக்காவிற்கு எதிராக நடந்த போரின்போது அம்பு எய்யப்பட்டு பூர்ச்சு தன் குதிரையிலிருந்து கீழே விழுந்தார். எதிரிகளின் குதிரைகளைத் திருடி மறுநாள் திரும்பி வந்து எதிரிகளின் இருப்பிடத்தைக் கண்டுபிடிக்க உதவினார் பூர்ச்சு.

✷

13

மங்கோலிய வணிக ஆதிக்கம்

பட்டுப் பாதை என்பது பண்டைக் காலத்தில் கவிதை வண்டிகளும், கடற் கலங்களும் பயணம் செய்த ஒரு பாதை யாகும்.

இது ஆசியாவின் தென்பகுதியூடாகத் தொடரான பல பாதைகள் இணைந்து அமைந்தது. பட்டுப் பாதை இன்று சியான் எனப்படுகின்ற சீனாவின் பகுதியை சின்ன ஆசியாவின் அன்டியோச் சுடன் இணைத்தது. இது 6500 கிலோ மீட்டருக்கு மேல் நீளமானது.

இதன் செல்வாக்கு ஜப்பான், கொரியா ஆகிய நாடுகள்வரை பரவியிருந்தது.

பட்டுப் பாதையின் மூலம் நடை பெற்ற பரிமாற்றங்கள் சீனா, பண்டைய எகிப்து, மெசபடோமியா, பாரசீகம்,

இந்தியா, ரோம் ஆகிய இடங்களில் நிலவிய நாகரீகங்களின் வளர்ச்சிக்கு உறுதுணையாக இருந்ததும் மட்டுமின்றி நவீன உலகத்தை உருவாக்குவ தற்கும் அடிப்படையாக அமைந்தது எனலாம்.

வடக்குச் சீனாவின் வணிக மையங்களுக்கு அப்பால், பட்டுப்பாதை வடக்கிலும் தெற்கிலுமாக இருகூறாகப் பிரிந்து செல்கிறது. வடக்குப் பாதை புல்கர், கிப்சாக் பகுதியூடாக கிழக்கு ஐரோப்பாவுக்கும், கிரிமீயன் தீவுகளுக்கும் சென்று அங்கிருந்து கருங்கடல், மர்மாராக் கடல் என்பவற்றைக் கடந்து பால்கன் பகுதியூடாக வெனீஸை அடைகின்றது.

தெற்குப் பாதை, துருக்கிஸதான், கோராசான் ஊடாக மெசபடோமியா, அனதோலியா சென்று அங்கிருந்து தெற்கு அனதோலியாவிலுள்ள அண்டியோச் ஊடாக மத்திய தரைக்கடலுக்கோ அல்லது லேவண்ட் ஊடாக எகிப்துக்கும் வட ஆப்பிரிக்காவுக்குமாக செல்கிறது.

பண்டைய காலத்தில் முக்கிய வர்த்தகர்கள் இந்தியர்கள் மற்றும் பாக்ட்ரியன் மக்கள். பின்னர் 5-ஆம் நூற்றாண்டில் இருந்து 8-ஆம் நூற்றாண்டு வரை சொக்டியன் வர்த்தகர்களும் பின்னர் அரபு மற்றும் பாரசீக வர்த்தகர்களும் பட்டுப் பாதையைப் பயன்படுத்தினர்.

இந்த விரிவான கண்டம் முழுவதும் இணைக்கும் வகையிலான வர்த்தகப் பாதைகளில் ஒரு லாபகரமான சீன பட்டு வணிகம் நடைபெற்று வந்த காரணத்தால் இப்பாதைக்கு பட்டுப் பாதை என்று பெயர் வந்தது.

கி.மு. 1070-ச் சேர்ந்த சீனப் பட்டின் சில பகுதிகள் பண்டைய எகிப்தில் கண்டறியப்பட்டது. அதன் மூலம் போதியளவு சீனாவின் டாயுவான், பார்த்திய மற்றும் பத்திரிய நாடுகளுடனான அரசாங் உறவு பேணும் நடவடிக்கைகளைத் தொடர்ந்து இந்தியா மற்றும் மேற்கத்திய உலகத்தை இணைக்கும் ஒரு சாலை உருவானது. இந்தப் பட்டுப் பாதை மக்கள் பொருட்கள் மற்றும் கலாச்சாரத்தை பரிமாறிக் கொள்ள வாய்ப்பு கொடுத்தது.

கி.பி. 1207லிருந்து 1360வரை ஆசியக் கண்டம் முழுவதும் மங்கோலிய விரிவாக்கம் அரசியல் ஸ்திரத்தன்மையைக் கொண்டு வந்ததோடு மீண்டும் பட்டுப் பாதையை காரகோரம் வழியாக நிறுவ உதவின.

இது உலக வணிகத்தின் மீது இஸ்லாமிய கலிபாவின் ஏகபோகத்தை முடிவுக்குக் கொண்டு வந்தது. மங்கோலியர் வாணிக வழித்தடங்களில் ஆதிக்கம் செலுத்தியதால் அப்பகுதியில் மேலும் வர்த்தகம் வளர்ந்தது.

மங்கோலியர்களுக்கு மதிப்பற்றதாக இருந்த ஒரு பொருள் மேற்கில் மிகவும் மதிப்புமிக்கதாகக் கருதப்பட்டது. இதன் விளைவாக மங்கோலியர்கள் மேற்கிலிருந்து பல ஆடம்பரமான பொருட்களைப் பெற்றனர். ஐரோப்பாவில் ஆரம்ப நவீனத்தின் காரணமாக பிராந்திய மாநிலங்கள் ஒருங்கிணைந்தன. ஆனால், பட்டுப் பாதையில் இது ஒரு எதிர்த் தாக்கத்தை ஏற்படுத்தியது. மங்கோலிய பேரரசின் ஒருங் கிணைப்பைத் தக்க வைக்க முடியாமல் வர்த்தகம் குறைந்தது.

கான்ஸ்டாண்டி நோபிளில் ஒட்டோமன் மேலாதிக்கத்தைத் தொடர்ந்து 1453-ல் பட்டுப் பாதை வழியே வணிகம் மேற்கொள்வது நிறுத்தப்பட்டது. அந்நாளைய ஒட்டோமன் ஆட்சியாளர்கள் மேற் கத்திய எதிர்ப்பாளர்களாக இருந்தனர்.

✳

14

மங்கோலிய மரபியல் வரலாறு

பொதுவாக ஆஸ்டிரலாய்டு மக்கள் மெலனீசியா மற்றும் ஆஸ்திரேலியப் பகுதியில் வாழும் பூர்வ குடிகள் ஆவர்.

இவ்வின மக்கள் தெற்காசியா மற்றும் தென்கிழக்காசியாவிலும் காணப்படுகின்றனர். பல மானுடவியல் அறிஞர்கள் பப்புவா நியூகினியாவின் பூர்வகுடிகள் மற்றும் ஆஸ்திரேலியப் பழங்குடிகளையும் மற்றும் பிஜி தீவு, நியூகலிடோனியா, வனுவாட்டு சாலமன் தீவுகளில் வாழும் பூர்வ குடிமக்களையும் ஆஸ்டிரலாய்டு இனத்தில் சேர்க்கின்றனர். இதில் திராவிடர்களையும் சிங்களர்களையும் எந்த இனத்திலும் சேர்க்கவில்லை என்பது குறிப்பிடத்தக்கது.

பதினெட்டாம் நூற்றாண்டில் காலனியாதிக்க காலத்தில் மானிடவியல் அறிஞர்கள் மனித இனத்தை மூன்றாக அல்லது நான்காக வகைப் படுத்தினர்.

மஞ்சள் நிறத்தோல் கொண்டவர்களை மங்கோலாய்டுகள் என்றும், வெள்ளை நிறத்தோல் கொண்டவர்களை காக்சாய்டுகள் என்றும், கருப்பு நிறத்தோல் கொண்டவர்களை நீக்ராய்டுகள் என்றும் வகைப்படுத்தினர்.

மரபியல் வளர்ச்சியடைந்த பின்னர் அனைத்து வகையான மனிதர் களும் மரபியல் அடிப்படையில் ஒரே மக்கள் என்று கண்டறிந்தனர். 2019?ல் அமெரிக்காவின் உடல் மானுடவியலாளர்ள் சங்கத்தினர் மனித வாழ்வியலின் இயற்கையான அம்சங்களான இனங்கள் மீதான நம்பிக்கைகளிலிருந்து வெளிப்படும் சமத்துவமின்மை (இனவெறி) கட்டமைப்புகள் இன்றும் சேதப்படுத்தும் கூறுகளாகக் கருதப்படு கின்றது.

மங்கோலிய இனம் என்பது கிழக்கு ஆசியா, நடு ஆசியா, தென்கிழக்கு ஆசியா, வடக்கு ஆசியா, பாலினேசியா மற்றும் அமெரிக்கக் கண்டங்கள் ஆகியவற்றைப் பூர்வீகமாகக் கொண்ட பல்வேறு குழுக்களின் ஒரு குழுவாகும்.

பாரம்பரியமாகக் காணப்படும் மூன்று இனங்களில் மங்கோலிய இனமும் ஒன்றாகும். இது கோட்டிஞ்சன் வரலாற்றுப் பள்ளியின் உறுப்பினர்களால் முதன் முதலில் 1780களில் மனித இன வகைப்பாடு அறிமுகம் செய்யப்பட்டது.

மற்ற இரண்டு குழுக்கள் காகசிய இனம் மற்றும் கருப்பினமாகும்.

19-ஆம் நூற்றாண்டில் மரபியல் அடிப்படையில் அனைத்து மாந்தரும் ஒரே இனத்தவர் எனக் கண்டறிந்தனர். எனவே, மனித இனத்தை வகைப் படுத்தி பார்க்கும் போக்கு தற்போது இல்லை.

காக்கேசிய இனம் என்ற சொல் ஐரோப்பா வடஆப்பிரிக்கா, வடகிழக்கு ஆப்பிரிக்கத் தீபகற்பம், மேற்கு ஆசியா, மத்திய ஆசியா மற்றும் தெற்கு ஆசியா ஆகிய இடங்களில் வாழும் சில மக்கள் அல்லது அனைத்து மக்களின் இனம் அல்லது தோற்ற அமைப்புகளைக் குறிக்கிறது.

ஒரு இனத்திற்கும் மற்றொரு இனத்திற்கும் உள்ள மேன்மையை

நிலைநாட்டும் அறிவியல் சார்ந்த இனப்பாகுபாடு கோட்டில் இந்த வகைப்படுத்துதல் பயன்படுத்தப்படுகிறது.

வழக்கமாக, வெள்ளையர் என்பது மிகவும் கட்டுப்படுத்தப்பட்ட கருத்துடனும் குறிப்பாக அமெரிக்கா ஒன்றிய சூழலில் வெள்ளை அமெரிக்கர் எனப்படுகிறது.

காக்கேசிய இனம் அல்லது வெரிடாஸ் காக்கேசிய என்ற கோட்பாடானது ஜெர்மன் அறிவியலாளர் மற்றும் பண்டைய இன நூலருமான ஜோஹான் ப்ரெடரிச் புளூமென் பார்க் மூலமாக தோராயமாக 1800-ஆம் ஆண்டுகளில் உருவாக்கப்பட்டது.

புளூ மென்பெர்க்தான் ஆதி வகையினராகக் கருதும் காக்கேசிய மக்களுக்கு இப்பெயரை இட்டார்.

அவரது வகைப்படுத்துதலானது காக்கேசிய இனத்தின் மண்டை ஓட்டியலை முதன்மையாக சார்ந்திருந்தது.

மங்கோலிய இனம் மற்றும் நீக்ராய்டு இனம் ஆகியவற்றுடன் காக்கேசாய்டு இனம் மிகப்பெரிய இனங்களில் ஒன்றாக நம்பப்படுகிறது.

காக்கேசாய்டு இனமானது ஏராளமான உள் இனங்களை உள்ளடக்கியது. காக்கேசாய்டு மக்கள் வழக்கமாக மொழி சார்ந்த பிரதேசங்களைக் கொண்டு மூன்று வகையாகப் பிரிக்கப்படுகின்றனர்.

ஆரிய இனம் - இந்தோ - ஐரோப்பிய மொழிகளைத் தாய்மொழியாகக் கொண்டவர்கள். செமித்திய இனம் - செமித்திய மொழிகளைத் தாய் மொழியாகக் கொண்டவர்கள். மற்றும் ஹாமிட்டிக் இனம் - எகிப்திய மொழிகளைத் தாய்மொழியாகக் கொண்டவர்கள் ஆகியவையாகும்.

பல்வகையில் இதனை உண்மையென ஏற்றுக் கொள்ளப்பட்ட இந்த உள் இனங்கள் நூலாசிரியர்களைப் பொறுத்தமட்டில் வேறுபடுகின்றன.

கபாலத்தின் வடிவம் மூலமாகவும் மற்றொரு வழியில் உள்இனங்கள் வகைப்படுத்தப்படுகின்றன.

19-வது நூற்றாண்டு இந்திய மக்களை வகைப்படுத்தலில் அவர்கள் ஆஸ்ட்ராலாய்டாக காக்கேசியர் அல்லாத திராவிடர்களாக அல்லது திராவிடர்களாக அல்லது திராவிட இனமாகக் கருதப்பட்டனர்.

மேலும், உயர்சாதி காக்கேசியட்டு ஆரியர்கள் மற்றும் உள்நாட்டு திராவிடர்களுடன் குலக்கலப்பு மாறல் விகிதத்தைக் கொண்டிருப்ப தாகவும் ஊகம் செய்யப்பட்டனர்.

ஜார்ஜ் கில் மற்றும் பிற நவீன தடயவியல் மானுடவியலாளர்களின் கூற்றுப்படி காககசாய்டு கிரானியாவின் உடல் பண்புகளைக் குறிப்பிட்ட நோயறிதல் உடற்கூறியல் அம்சங்களின் வடிவங்களின் அடிப்படையில் மங்கோலாய்டு மற்றும் நீக்ராய்டு இனக்குழுக்களிடமிருந்து வேறுபடுத்த லாம்.

95% வரை துல்லியத்துடன் ஒரு காகசாய்டு மண்டை ஓட்டை அடையாளம் காண முடியும் என்று அவர்கள் வலியுறுத்துகின்றனர்.

பல்வேறு மரபணு மற்றும் மானுடவியல் ஆய்வுகள் மூன்று மனித மக்கள் குழுக்கள் இருப்பதை உறுதி செய்கின்றன.

காகசாய்டு மானுடவியல் குழு தனித்துவமான மரபணு பண்புகளைக் கொண்டிருப்பதாக யுவான் 2019 கண்டறிந்தது. இது காகசாய்டு இனத்தின் கருத்துக்கு ஒத்திருக்கிறது.

இந்தியாவிற்கும் மத்திய கிழக்கிற்கும் இடையிலான ஒரு பிராந்தி யத்தில் காகசாய்டு இனத்திற்கான தோற்றத்தை அவர்கள் முன்மொழி கின்றனர்.

அமெரிக்க ஒன்றியத்தில் காகசியர் என்ற சொல்லானது அரசாங்கம் மற்றும் மக்கள் தொகைக் கணக்கு பணியகத்தின் மூலமாக வரையறுக்கப் பட்டுள்ளதன்படி, வெள்ளை அமெரிக்கர்கள் என்ற பொதுவாக அழைக்கப்படும் இனப்பிரிவை விளக்குவதற்காகவே முக்கியமாகப் பயன்படுத்தப்படுகிறது.

1965-ஆம் ஆண்டுகளுக்கிடையில் அமெரிக்க ஒன்றியத்திற்கு குடி பெயர்வது தேசியப் பூர்வீக பங்கு மூலமாக கட்டுப்படுத்தப்பட்டது.

அமெரிக்க ஒன்றியத்தின் தேசிய மருத்துவ நூலகம், கடந்த கால இனமாக காக்கேசியர் என்ற சொல்லைப் பயன்படுத்தியுள்ளது.

ஆனால், இனம் என்ற சொல்லின் மூலமாகப் புதிய பிரச்சினைகளைத் தவிர்ப்பதற்கு அச்சொல்லைப் பயன்படுத்தியதை நிறுத்தி விட்டு ஐரோப்பியர் என்ற சொல்லை வழக்கத்திற்குக் கொண்டு வந்தது.

நீக்ராய்டுகள் அல்லது கருப்பினத்தவர்கள், ஆப்பிரிக்கக் கண்டத்தைப் பூர்வீகமாகக் கொண்டவர்கள். அடர்நிற கருப்பத் தோல், கருப்பு நிற சுருண்ட தலைமுடி, தடித்த உதடு, வட்டமான கன்னம், அகலமான மற்றும் தட்டையான மூக்கு அமைப்பு மற்றும் மண்டையோடு நீள் குறுந்தலையாகவும் பின்பகுதி நீண்ட அமைப்பு கொண்ட கறுப்பின மக்கள் ஆவர்.

உலகின் நான்கு பெரிய இன மக்களில் இவர்களும் ஒருவர் ஆவர். கறுப்பினத்தவர்கள் தற்போது நீக்ராய்டுகள் ஆப்பிரிக்கா, வட அமெரிக்கா ஐரோப்பா மற்றும் ஆசியா கண்டங்களில் பரவி வாழ்கின்றனர்.

19-ஆம் நூற்றாண்டில் மரபியல் அடிப்படையில் அனைத்து மாந்தரும் ஒரே இனத்தவர் எனக் கண்டறிந்தனர்.

ஆங்கில மொழியில் நீக்ரோ என்பதற்கு ஆப்பிரிக்க கறுப்பின மக்களான நீக்ராய்டுகளைக் குறிக்கும்.

தற்போது அமெரிக்காவில் இச்சொல்லாடல் தவிர்க்கப்பட்டு ஆப்பிரிக்க அமெரிக்கர்கள் என அழைக்கப்படுகிறது.

முதன் முதலில் 1442-ல் போர்த்துக்கீசிய கடலோடியான வாஸ்கோடகாமா தென்னாப்பிரிக்காவைச் சுற்றி இந்தியாவுக்கு கடல் வழியைக் கண்டுபிடிக்க முயன்றார். அப்போது போர்த்துக்கீசியர்கள் சந்தித்த ஆப்பிரிக்கக் கறுப்பின மக்களை நீக்ரோ என்றழைத்தனர்.

போர்த்துக்கீசியம் மற்றும் ஸ்பானிய மொழிகளில் நீக்ரோ என்பதற்கு கருப்பு என்று பொருள்.

இலத்தீன் சொல்லான நைஜர் என்பதிலிருந்து நீக்ரோ எனும் சொல் ஏற்பட்டது. இதற்கும் கருப்பு எனப் பொருள்படும்.

மேற்கு ஆப்பிரிக்காவின் மக்களான நீக்ரோஸாண்ட் என்று பெயரிடப் பட்ட பழைய வரைபடங்களில் பயன்படுத்தப்பட்டது. இது நைஜர் ஆற்றின் குறுக்கே நீண்டுள்ளது.

18-ஆம் நூற்றாண்டு முதல் 1960களின் பிற்பகுதிவரை நீக்ரோ எனும் சொல் கருப்பு ஆப்பிரிக்க வம்சாவளியைச் சேர்ந்த மக்களுக்குச் சரியான ஆங்கில மொழிச் சொல்லாகக் கருதப்பட்டது.

ஆக்ஸபோர்டு அகராதியில் தற்போது பிரித்தானிய மற்றும் அமெரிக்க ஆங்கிலம் இரண்டிலும் நீக்ரோ என்ற சொல் பயன்படுத்தப்படுவதில்லை.

கருப்புத் தோல் கொண்ட அமெரிக்க வாழ் ஆப்பிரிக்க வழித் தோன்றல் களை நீக்ரோக்கள் என அழைப்பது மிகவும் கண்ணியக் குறைவான சொல்லாக இருந்தது.

அதேசமயம் நீக்ரோக்களின் கறுப்புத் தோல் மிகவும் தாக்குதலாகக் கருதப்பட்டது. தென் கரோலினாவின் நீக்ரோ சட்டம் 1848 நீக்ரோ என்ற சொல் அடிமை ஆப்பிரிக்கர்கள் மற்றும் அவர்களின் வழித்தோன்றல் களுக்கு மட்டும் குறிப்பிடப்பட்டது.

தாராளவாத கலைக் கல்வியை ஆதரிப்பதற்காக அமெரிக்க நீக்ரோ அகாடமி 1897-ல் நிறுவப்பட்டது. 1914-ல் யூனிவர்சல் நீக்ரோ இம்ப்ரூவ்மெண்ட் அசோசியன் நிறுவப்பட்டது.

நீக்ரோ வேர்ல்ட் (1918) நீக்ரோ ஃபேக்டரீஸ் கார்ப்பரேஷன் (1919) மற்றும் உரிமைகளின் பிரகடனம் போன்ற கருப்பு தேசியவாதிகள் மற்றும் பான் - ஆப்பிரிக்கவாத அமைப்புகளின் பெயர்களில் மார்கஸ் கார்வே இந்தச் சொற்களைப் பயன்படுத்தினார்.

இருப்பினும் 1950 மற்றும் 1960களில் அமெரிக்கக் கருப்பினத் தலைவர்கள் தங்களை இரண்டாம் தர குடிக்கள் என நினைத்து நீக்ரோ என அழைப்பதைக் கடுமையாக எதிர்த்தனர்.

பிற்கால கருப்பின மக்களின் சிவில் உரிமைகள் இயக்கத்திற்குப் பிறகு 1960களின் பிற்பகுதி வரை நீக்ரோ என்பது சாதாரணமாக ஏற்றுக் கொள்ளப்பட்டது.

மார்ட்டின் லூதர்கிங் 1968-ஆம் ஆண்டில் தனது புகழ்பெற்ற ஐ ஹேவ் எ ட்ரீம் சொற்பொழியில் நீக்ரோ என்று தம்மை அடையாளம் காட்டினார்.

இருப்பினும் 1950-கள் மற்றும் 1960களில் சில கறுப்பின அமெரிக்கத் தலைவர்கள், குறிப்பாக மல்கம் எக்ஸ் என்பவர், ஆப்பிரிக்கக் கருப்பினத்த வரைக் குறிக்கும் நீக்ரோ என்ற சொல்லை எதிர்த்தனர்.

ஏனெனில், அவர்கள் அச்சொல்லை அடிமைத்தனம், பிரித்தல் மற்றும் பாகுபாடு ஆகியவற்றின் நீண்ட வரலாற்றோடு தொடர்புடையதுடன்

இச்சொல் ஆப்பிரிக்க அமெரிக்கர்களை இரண்டாம் தர குடிமக்களாகக் கருதியது.

மால்கம் எக்ஸ் என்று கருப்பினத் தலைவர் தங்களை நீக்ரோ என்றழைப்பதைவிட கறுப்பின மக்கள் என அழைக்கப்படுவதை விரும்பினர்.

பின்னர் அவர் நீக்ரோ மக்களை ஆப்பிரிக்க அமெரிக்கர்கள் அல்லது கருப்பு அமெரிக்கர்கள் எனும் சொல்லால் அழைக்கப்பட விரும்பினர்.

1960களின் பிற்பகுதியிலிருந்து நீக்ரோக்கள் குறித்து வேறு பல சொற்கள் பிரபலமான பயன்பாட்டில் மிகவும் பரவலாகப் பயன் படுத்தப்பட்டது.

இவற்றில் கருப்பர்கள், கறுப்பு ஆப்பிரிக்கர்கள், ஆப்பிரிக்க அமெரிக்கர் கள் என்ற சொல் 1960களின் பிற்பகுதியிலிருந்து 1990வரை பயன்பாட்டில் இருந்தது.

நீக்ரோ எனும் சொல் இன்னும் சில வரலாற்றுச் சூழல்களில் பயன் படுத்தப்படுகிறது. அதாவது நீக்ரோ ஆன்மீகம் என்றழைக்கப்படும் பாடல்கள் 20ஆம் நூற்றாண்டின் முற்பகுதி மற்றும் நடுப்பகுதியில் பேஸ்பால்ரின் நீக்ரோலீக்குகள் போன்ற அமைப்புகளில் பயன்படுத்தப் பட்டது.

✻

15

மங்கோலிய சிந்து படையெடுப்பு

தில்லி சுல்தானகத்தின் மீது மங்கோலிய சகதை கான் படை பலமுறை யுத்தம் மேற்கொண்டது. 1298 பிப்ரவரி யில் அலாவுதீன் கில்ஜியின் தளபதியான உலுக்கான் தலைமை தாங்கிய தில்லியின் ராணுவம் மங்கோலியர்களுக்கு கடும் தோல்வியைக் கொடுத்தது.

அதன்பின் சில காலம் சென்ற நிலை யில் தில்லி சுல்தானகத்தின் மேற்கு எல்லையில் அமைந்துள்ள சிந்துப் பகுதி யின் மீது ஒரு மங்கோலியப்படை தாக்குதல் நடத்தியது.

படையெடுப்பாளர்கள் சிவிஸ்தான் கோட்டையை ஆக்கிரமித்தனர். இந்த இடமானது சிந்து பகுதியின் வடமேற்கில் உள்ளது. இந்த இடம் தற்போது உள்ள

செவான் இடத்தைச் சுற்றி அமைந்துள்ளது.

1298-99ல் அலாவுதினின் ராணுவத்தின் பெரும் பகுதி உலுக்கான் மற்றும் நுஸ்ரத்கான் தலைமையில் குஜராத்தை நோக்கி அணி வகுத்தது. இந்தத் தளபதிகள் இல்லாத நேரத்தில் மங்கோலியர்களை சிவிஸ்தான் கோட்டையில் இருந்து வெளியேற்ற சமனாவின் ஆளுநரான ஜஸர்கானை அலாவுதீன் கில்ஜி அனுப்பினார்.

மங்கோலியர்களிடமிருந்து வந்த அம்புகளை மீறி மற்றும் அதே நேரத்தில் எந்த முற்றுகை எந்திரத்தையும் பயன்படுத்தாமல் இருந்த போதிலும் ஜாபர்கானின் இராணுவம் கோட்டைக்குள் நுழைந்தது.

அலாவுதீனின் அவை வரலாற்றாளரான அமீர்குஸ்ராவின் கூற்றுப்படி ஜாபர்கான் கோடாரிகள், வாள்கள் மற்றும் ஈட்டிகளைக் கொண்டு நடந்த கடுமையான யுத்தத்தில் அந்தக் கோட்டையை மீட்டெடுத்தார்.

முற்றுகைக்குப் பயன்படும் பொதுவான எந்திரங்கள் இல்லாத போதிலும் ஜாபர்கான் அந்தக் கோட்டையை மீட்டெடுத்தார்.

சல்டி, அவரது சகோதரர் மற்றும் பிற மங்கோலியர்கள் கைது செய்யப் பட்டு சங்கிலியால் பிணைக்கப்பட்டு தில்லிக்குக் கொண்டு வரப்பட்டனர். அலாவுதீன் அவர்களைக் கொல்வதற்கு ஆணையிட்டார்.

இந்த வெற்றி ஜாபர்கான் பெற்றிருந்த வெற்றிகளின் நற்பெயரைக் காப்பாற்றி நிலை நிறுத்தியது. ஜாபர்கானின் இந்த வெற்றி அலாவுதீன் மற்றும் அவரது சகோதரர் உலுக்கான் ஆகியோரை பொறாமை அடையச் செய்தது. அவர்கள் ஜாபர்கானை குருடாக்க அல்லது விஷம் வைத்துக் கொல்லவும் திட்டமிட்டதாகக் கூறப்பட்டது.

இந்த யுத்தத்திற்கு அடுத்து நடந்த கிளி யுத்தத்தில் (1299) ஜாபர்கானின் செயல்கள் பொறுப்பற்ற தன்மையுடையதாகவும் மற்றும் கீழ்ப்படியாமை யின் அறிகுறிகளாகவும் அலாவுதீனுக்குத் தென்பட்டதால் அரசவை வரலாறுகளில் ஜாபர்கனின் பெயர் தவிர்க்கப்பட்டது.

*

16

கிளி யுத்தம்

கி.பி. 1299ல் சகதை கான் தலைமையிலான மங்கோலியர்களுக்கும் தில்லி சுந்தானகத்துக்கும் இடையில் நடந்த போராகும். தில்லியைக் கைப்பற்றும் எண்ணத்துடன் இந்தியா மீது குத்லுக் கவாஜா தலைமையிலான மங்கோலியர் படையெடுத்தனர். அவர்கள் தில்லிக்கு அருகில் கிளி என்ற இடத்தில் முகாம் அமைத்துத் தங்கியிருந்தபோது தில்லி சுல்தான் அலாவுதீன் கில்ஜி, அவர்களது முன்னேற்றத்தைத் தடுக்க தனது ராணுவத்துடன் சென்றார்.

அலாவுதீன் கில்ஜியின் தளபதியான ஜஸர்கான் கிச்லக் தலைமையிலான ஒரு மங்கோலியப் பிரிவை அலாவுதீனின் அனுமதியின்றி தாக்கினார்.

அலாவுதீனின் முகாமிலிருந்து ஜஸர்கானின் பிரிவை ஏமாற்றி தங்களைப் பின்தொடர வைத்த மங்கோலியர்கள் பின்னர் அதனை பதுங்கியிருந்து தாக்கினர்.

தான் இறப்பதற்கு முன்னர் ஜஸர்கான் மங்கோலிய ராணுவத்திற்கு பெரிய அளவிலான இழப்பை ஏற்படுத்தி விட்டார். இரண்டு நாட்களுக்குப் பிறகு பின்வாங்கும் முடிவை மங்கோலியர்கள் எடுத்தனர்.

கி.பி. 1296-ல் தனது மாமாவை கொலை செய்த பிறகு தில்லி அரியணையை அலாவுதீன் கில்ஜி கைப்பற்றி இருந்தார்.

சகதை கான் அரசு நடு ஆசியாவை தனது கட்டுப்பாட்டுக்குள் வைத்திருந்தது. 1280களில் அதன் தலைவராக துவாகான் என்பவர் இருந்தார். அதிகாரத்தைப் பொறுத்தவரை அவர் கய்டுவுக்கு அடுத்த இடத்தில் இருந்தார்.

ஆப்கானிஸ்தானில் செயல்பட்டுக் கொண்டிருந்த துவா இந்தியாவுக்கும் மங்கோலிய ஆட்சியை நீடிக்க முயற்சி செய்தார்.

அலாவுதீன் கில்ஜியின் ஆட்சியின்போது மங்கோலியத் தளபதி காதர் பஞ்சாபின் மீது 1297-98ல் குளிர்காலத்தில் படையெடுத்தார். அலாவுதீன் தளபதியான உலுக்கானால் தோற்கடிக்கப்பட்ட அவர், பின்வாங்கும் நிலைக்குத் தள்ளப்பட்டார்.

சல்டி தலைமையிலான 2வது மங்கோலியப் படையெடுப்பானது அலாவுதீன் தளபதியான ஜஸர்கானால் முறியடிக்கப்பட்டது. இந்த அவமானகரமான தோல்விக்குப் பிறகு மங்கோலியர்கள் முழு தயார் நிலையில் இந்தியாவை வெல்லும் எண்ணத்துடன் மூன்றாவது படையெடுப்பை நடத்தினர்.

1299-ஆம் ஆண்டின் பிற்பகுதியில் மங்கோலிய சகதை கான் ஆட்சியாளரான துவா தில்லியை வெல்வதற்காக தனது மகன் குத்லுக் கவாஜாவை அனுப்பினார்.

தில்லி சுல்தானகத்தை வென்று அதனை ஆளும் எண்ணத்துடன் மங்கோலியர்கள் வந்தனர். வெறும் சூறையாடலுக்காக மட்டும் அவர்கள் வரவில்லை. எனவே, ஆறு மாத கால இந்தியாவை நோக்கிய அணி வகுப்பின்போது அவர்கள் நகரங்களை சூறையாடவோ கோட்டைகளை

அழிக்கவோ இல்லை. இரவு நேரங்களில் முல்தான் மற்றும் சமனா ஆகிய எல்லைப்புறப் பகுதிகளில் நிறுத்தப்பட்டிருந்த தில்லி தளபதிகளால் அவர்கள் தொல்லைகளுக்கு உட்படுத்தப்பட்டனர்.

தில்லியை வெல்வதற்கான யுத்தத்திற்கு தங்களது முழு சக்தியையும் வைத்திருக்க நினைத்த மங்கோலியர்கள் அந்தத் தளபதிகளுடன் சண்டைகளைத் தவிர்த்தனர்.

குரம் என்ற இடத்திலிருந்த அலாவுதீன் கில்ஜியின் தளபதி ஜஸர்கான் குத்லுக் கவாஜாவிற்கு ஒரு தூதனை அனுப்பி யுத்தத்திற்கு வருமாறு அழைத்தார்.

ஆனால், குத்லுக் கவாஜாவோ "மன்னர்களுடன் போரிடுவார்கள்" என்று கூறி அதற்கு மறுத்து விட்டார்.

தனது தலைவன் அலாவுதீன் கில்ஜியின் கீழ் தில்லியில் மங்கோலியர்களை எதிர்த்து போரிடுமாறு ஜஸர்கானுக்கு குத்லுக் கவாஜா அறிவுறுத்தினார். தில்லியின் புறநகர்ப் பகுதியிலிருந்து 10 கி.மீ. தொலைவில் இருந்த கிளி என்ற இடத்தில் மங்கோலியர்கள் முகாமிட்டனர்.

மங்கோலியர்களின் வருகைப் பற்றிய செய்தி சுற்றிலும் இருந்த பகுதிகளுக்குப் பரவத் தொடங்கிய உடனேயே அங்கிருந்த மக்கள் தங்களைப் பாதுகாத்துக் கொள்ள மதில்சுவர்கள் கொண்ட தில்லிக்கு இடம் பெயர ஆரம்பித்தனர்.

நகரத்தின் வீதிகள், சந்தைகள் மற்றும் மசூதிகளில் மக்கள் கூட்டம் நிரம்பி வழிந்தது. தில்லியை நோக்கி வந்த வணிக வண்டிகள் மங்கோலியர்களால் தடுக்கப்பட்டன. இதன் விளைவாக மக்கள் பெரும் துன்பத்திற்கு ஆளாகினர்.

மங்கோலியர்கள் சிந்து நதியைக் கடந்த பின்னரே அவர்கள் வரும் செய்தியை அலாவுதீன் கில்ஜி அறிந்ததாகக் கருதப்படுகிறது. அலாவுதீன் உடனேயே பல்வேறு மாகாண ஆளுநர்களுக்கு செய்திகளை அனுப்பினார். தில்லிக்கு உடனேயே படை வீரர்களை அனுப்புமாறு கேட்டுக் கொண்டார்.

யமுனை ஆற்றின் கரையில் இருந்த சிரி கோட்டையில் ராணுவ முகாமை ஏற்படுத்திய அலாவுதீன் தனது அதிகாரிகள் அனைவரையும்

அழைத்தார். அலாவுதீன் மாமாவும் மற்றும் தில்லியின் கொத்தவாலும் ஆகிய அலவுல் முல்க் ராஜதந்திர நடவடிக்கைகள் மற்றும் பேச்சு வார்த்தைகளை மேற்கொள்ள வேண்டும் என்று கூறினார். அவ்வாறு செய்தால் அது தனது பலவீனமாகிவிடும் என்று வாதிட்டார்.

மேலும், பொதுமக்கள் மற்றும் வீரர்களின் மத்தியில் தனக்கிருக்கும் மதிப்பு இல்லாமல் போய்விடும் என்றார்.

கிளியை நோக்கி அணிவகுத்து மங்கோலியர்களுடன் போர் புரியும் தனது எண்ணத்தை வெளிப்படையாக அறிவித்தார். தில்லியை அலவல் மாலிக்கின் கட்டுப்பாட்டில் கொடுத்துவிட்டு அலாவுதீன் புறப்பட்டார். அரண்மனையின் கதவுகளின் சாவியை யுத்தத்தில் வெற்றி பெறுபவர் களுக்குக் கொடுக்குமாறு ஆணையிட்டுச் சென்றார்.

சிரியை நோக்கி அலாவுதீன் புறப்பட்டதற்கு பின்னர் அலவுல் முல்க் படவுன் கதவைத் தவிர மற்ற அனைத்துக் கதவுகளையும் மூடினார். படவுன் கதவானது அலாவுதீன் தோற்கும்பட்சத்தில் அவர்கள் தோப் என்ற இடத்திற்குத் தப்பித்துச் செல்வதற்காக திறந்து வைக்கப் பட்டிருந்தது. தில்லி ராணுவமானது ஐந்து பெரிய பிரிவுகளாக அமைக்கப் பட்டிருந்தது.

நுஸ்ரத்கான் தலைமை தாங்கிய இடப்புறம், ஹிசாப்ருதீன் ஜாபர்கானால் தலைமை தாங்கப்பட்டு இந்து வீரர்களால் ஆதரிக்கப்பட்ட வலப்புறம், அலாவுதீன் கில்ஜி தலைமை தாங்கிய நடுப்புறம், அலாவுதீன் பிரிவிற்கு முன் வரிசையில் நிறுத்தப்பட்டிருந்த அகத்கான் தலைமை தாங்கிய ஒரு பிரிவு, நுஸ்ரத்கானின் பிரிவிற்கு பின்புறத்தில் வலுவூட்ட நிறுத்தப்பட்டிருந்த உலுத்கான் தலைமை தாங்கிய ஒரு பிரிவு என ஐந்து பெரும் பிரிவாக இருந்தது.

மங்கோலிய ராணுவமானது நான்கு முக்கியப் பிரிவுகளாக அமைக்கப்பட்டிருந்தது. இச்லக் தலைமை தாங்கிய இடதுபுறம், குத்லுக் கவாஜா தலைமை தாங்கிய நடுப்புறம், தமர்புகா தலைமை தாங்கிய வலதுபுறம், துர்கி தலைமையில் பதுங்கியிருந்து தாக்குதல் நடத்த தயாராக இருந்த 10,000 வீரர்கள் என நான்கு பிரிவுகள் இருந்தன.

மங்கோலியத் தாக்குதலை தாங்குவதற்கு ஒவ்வொரு பிரிவின் முன்னரும் தில்லி ராணுவத்தால் நிறுத்தப்பட்டிருந்தவை மொத்தம் 22

யானைகள் ஆகும்.

தில்லி ராணுவமானது பல மைல் தூரத்திற்கு விரிந்து நின்றது. இதன் காரணமாக நடுப்புறத்தில் இருந்த அலாவுதீனால் அதனை திறம்படக் கட்டுப்படுத்துவது கடினமாக இருந்தது. எனவே, தமது இடத்தில் நிற்கும் அதிகாரிகள் அலாவுதீனின் அறிவுறுத்தலின்றி இடம் நகரக்கூடாது என்ற கடினமான கட்டளையிடப்பட்டிருந்தது. இந்தக் கட்டளையை மீறுபவர்களுக்கு மரண தண்டனை விதிக்கப்படும் என்று அறிவிக்கப் பட்டிருந்தது.

குத்லுக் கவாஜா யுத்தத்திற்கு முன்னதாக நான்கு தூதர்களை அலாவுதீனிடம் அனுப்பினார். இந்துஸ்தானில் இதுபோன்றதொரு பெரிய ராணுவம் நிறுத்தப்பட்டது இல்லை என்று கூறினார்.

தனது தூதர்கள் தில்லி ராணுவத்தின் முகாமை சுற்றிச் சென்று அலாவுதீனின் ராணுவத்தின் தலைமை அதிகாரிகளின் பெயர்களை அறிந்து கொள்ள அனுமதி வழங்க வேண்டுமென்று குத்லுக் கவாஜா அலாவுதீனிடம் கேட்டுக் கொண்டார். இதற்கு அலாவுதீன் அனுமதி வழங்கினார். தூதர்கள் தலைமை அதிகாரிகளின் பெயரை குத்லுக் கவாஜா விடம் சென்று வழங்கினர்.

இந்த யுத்தம் நடந்த இடமான கிளி ஒரு பக்கம் யமுனை ஆற்றாலும், மற்றொரு பக்கம் புதர் நிலத்தாலும் சூழப்பட்டிருந்தது. போருக்குத் தயாராக அலாவுதீனுக்கு சிறிது காலமே கிடைத்தது.

அலாவுதீன் கில்ஜி கிழக்கிலிருந்து அதிகப்படியான படை வீரர்களின் பிரிவுகளின் வரவை எண்ணிக் காத்திருந்தார். ஏற்கனவே சோர்வடைந் திருந்த மங்கோலிய வீரர்கள் போரைத் தாமதப்படுத்துவதால் உணவுப் பொருட்கள் கிடைக்காமல் பின்வாங்குவர் என்று நம்பினார் அலாவுதீன். எனினும் அலாவுதீன் கில்ஜியின் தளபதியான ஜஸர்கான் கிச்லக்கின் பிரிவை அலாவுதீன் கில்ஜியின் அனுமதியின்றி தாக்கினார்.

கிச்லக்கின் பிரிவானது போர்க்களத்திலிருந்து தோற்று ஓடுவதுபோல் ஓடியது. இதுவொரு பொதுவான மங்கோலிய போர்த் தந்திரமாகும். ஜஸர்கான் எதிரி வீரர்களை வேகமாகப் பின்தொடர்ந்தார்.

ஜஸர்கானின் காலாட்படையினர் அங்கேயே நிற்க, குதிரைப் படையினர் மங்கோலியர்களைத் துரத்தினர். ஜஸர்கானின் குதிரைப்

படையினர் அவரது வேகத்திற்கு ஈடுகொடுத்து அவர் பின்னால் செல்ல முடியவில்லை. கிச்லக்கின் ராணுவத்தை 55 கி.மீ. தொடர்ந்த பின்னர் தான் தன்னுடன் வெறும் 1000 குதிரைப்படை வீரர்களே இருக்கின்றனர் என்ற உண்மை ஐஸர்கானுக்குத் தெரிய வந்தது.

அதேநேரத்தில் தர்கி தலைமையிலான மங்கோலியப் பிரிவானது அவர்களுக்கு பின்புறமாக 3 கி.மீ. பரப்பளவை நிரப்பியிருந்தது. இதன் காரணமாக அலாவுதீனின் முகாமிற்கு ஐஸர்கான் திரும்புவதற்கான வழி அடைக்கப்பட்டிருந்தது. ஐஸர்கானுக்கு ஆதரவு அளித்த எந்தவொரு பிரிவையும் அலாவுதீன் கில்ஜி அனுப்பவில்லை.

ஜாபர்கான் தனது தளபதிகளான உஸ்மான் அகுர்பெக், உஸ்மான் யகான், அலிஷா ரானா-இ-பில் மற்றும் பிறருடன் கலந்து ஆலோசித்தார். அவர்களால் திரும்பிச் செல்ல முடியாது என்ற உண்மை புரிந்தது. மேலும், திரும்பி சென்றாலும் அலாவுதீனின் ஆணையைப் பின்பற்றாததற்காக அலாவுதீன் அவர்களை தண்டிப்பார் என்று எண்ணினார். எனவே, போரிட்டு மடிவதென முடிவெடுத்தார்.

ஆயினும், குத்லுக் கவாஜா சரணடைவதற்கு அவருக்கு ஒரு வாய்ப்பை வழங்கினார். சகதை கானிடம் அழைத்துச் சென்று தில்லி அவையை விட மரியாதையுடன் நடத்துவதாகக் கூறினார். ஆனால், ஐஸர்கான் அந்த வாய்ப்பை நிராகரித்து விட்டார்.

அந்தப் போரில் ஜாபர்கானின் படைவீரர்கள் வெறும் 800 பேர் மட்டுமே இறந்தனர். ஆனால், 5000க்கு மேற்பட்ட மங்கோலியர்களைக் கொன்றனர். கடைசியில் ஐஸர்கான் தன்னுடன் தப்பிப் பிழைத்த 200 வீரர்களுடன் போரிட்டார்.

ஐஸர்கான் குதிரை கொல்லப்பட்டபோது அவர் தரையில் நின்று போரிட்டார். மேலும், கிச்லக்குடன் வாள் சண்டையிட்டார். ஜாபர் கானின் கவசத்தைத் துளைத்த ஒரு அம்பு அவரது இதயத்தை தைத்தது.

ஜாபர்கானின் மகனான திலேர்கானும் மங்கோலியர்களுக்கு எதிராக தாக்குதல் நடத்தினர். இதன் காரணமாக தமர்புகா பின்வாங்கும் நிலைக்குத் தள்ளப்பட்டார். பின்வாங்கிச் சென்ற மங்கோலிய ராணுவத்தை திலோகான் பின்தொடர்ந்தார். பின்வாங்கிச் சென்ற மங்கோலியர்கள் அம்பு மழை பொழிந்தனர்.

தில்லி ராணுவத்தின் நடுப்புறத்தையும் மங்கோலியர் தாக்கினர். ஆனால், அத்தாக்குதல் அலாவுதீனின் பிரிவால் முறியடிக்கப்பட்டது. இதன் காரணமாக ஏராளமான மங்கோலிய வீரர்கள் இறந்தனர்.

ஜாபர்கானின் இறப்பானது தில்லி அதிகாரிகளின் மத்தியில் விரக்தியை ஏற்படுத்தியது. அடுத்த நாள் காலையில் அலாவுதீனின் அதிகாரிகள் தில்லிக்கு பின்வாங்குமாறு அவருக்கு அறிவுறுத்தினர்.

கோட்டையில் இருந்து பாதுகாப்புடன் போரிடுமாறு கூறினர். ஆனால், அந்த அறிவுரையை அலாவுதீன் நிராகரித்தார்.

ஜாபர்கானின் பிரிவானது கீழ்ப்படியாமை காரணமாக அந்நிலைக்குத் தள்ளப்பட்டதாக வாதிட்டார். மேலும், தான் நகர்வதாக இருந்தால் தனது நகர்வு முன்னோக்கித்தான் இருக்குமே தவிர பின்னோக்கி இருக்காது என்று அலாவுதீன் கில்ஜி கூறினார்.

அதே நேரத்தில் தாக்குதலை ஆரம்பிக்க குத்லுக் கவாஜா விருப்பமின்றி இருந்தார். இரண்டாம் நாளானது எவ்வித ராணுவ நடவடிக்கைகளும் நடைபெறாமல் முடிந்தது. மூன்றாவது நாளும் எவ்வித சண்டையும் இல்லாமல் முடிந்தது. அன்று இரவு மங்கோலியர்கள் தங்களது தாயகத்தை நோக்கி பின் வாங்கினர்.

அலாவுதீனும் அவர்கள் பாதுகாப்பாக பின்வாங்க அனுமதித்தார். பின்னர் தில்லிக்குத் திரும்பினார்.

ஜாபர்கானின் தாக்குதலானது மங்கோலியர்களிடையே அதிர் வலையை ஏற்படுத்தியது. அதன் காரணமாகவே பின்வாங்கினர். எனினும், குத்லுக் கவாஜா அந்தப் போரில் காயம் அடைந்திருந்த காரணத்தால்தான் பின்வாங்க வேண்டியிருந்தது. செல்லும் வழியிலேயே குத்லுக் கவாஜா இறந்தார்.

ஜாபர்கான் யுத்தத்தில் போரிட்டு மடிந்தபோதும் அவர் அரச கட்டளையை மீறியதை எண்ணி அலாவுதீன் கோபத்தில் இருந்தார். அரசவையில் இருந்த யாருமே அவரது வீரத்தைப் பாராட்டவில்லை. அதேநேரத்தில் அலாவுதீன் ஜாபர்கானின் பொறுப்பற்றத் தன்மையும் கீழ்ப்படியாமையையும் கண்டித்தார்.

✷

17

இந்தியப் படையெடுப்புகள்

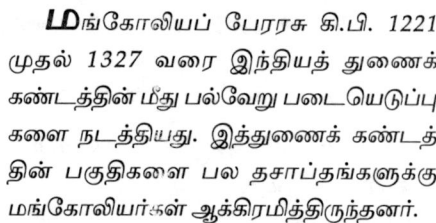

மங்கோலியப் பேரரசு கி.பி. 1221 முதல் 1327 வரை இந்தியத் துணைக் கண்டத்தின் மீது பல்வேறு படையெடுப்புகளை நடத்தியது. இத்துணைக் கண்டத்தின் பகுதிகளை பல தசாப்தங்களுக்கு மங்கோலியர்கள் ஆக்கிரமித்திருந்தனர்.

மங்கோலியர்கள் இந்தியாவிற்குள் கால் பதித்து பழைய தில்லியின் வெளிப்புறப் பகுதிகளை அடைந்தபோது தில்லி சுல்தானகமானது அவர்களுக்கு எதிராக ஒரு பதில் தாக்குதல் நடத்தியது. அத்தாக்குதலில் மங்கோலிய ராணுவமானது தீவிர தோல்விகளை அடைந்தது.

ஜலாலுதீனை சமர்கண்டிலிருந்து இந்தியாவிற்கு துரத்திக் கொண்டு வந்த செங்கிஸ்கான் 1221ல் நடந்த சிந்து ஆற்று

யுத்தத்தில் அவரைத் தோற்கடித்தார்.

தொடர்ந்து ஜலாலுதீனைத் துரத்துவதற்காக இருபதினாயிரம் படை வீரர்களைத் தனது தளபதிகளான தோர்பே மற்றும் பாலா ஆகியோர் களின் தலைமையில் அனுப்பி வைத்தார். ஜலாலுதீனை லாகூர் பகுதி முழுவதும் மங்கோலியத் தளபதியான பாலா துரத்தினார். முல்தான் மாகாணத்தின் வெளிப்பகுதிகளையும் தாக்கினார்.

யுத்தத்தில் தப்பிப் பிழைத்தவர்களைக் கொண்டு ஒரு சிறிய இராணுவத்தை அமைத்தார் ஜலாலுதீன். தில்லி சுப்புதானகத்தின் துருக்கிய ஆட்சியாளரிடம் தஞ்சம் அடைய அவர் முயற்சித்தபோது அவரது கோரிக்கைகளை சம்சுதீன் இல்ட்டுமிசு நிராகரித்தார்.

ஜலாலுதீன் பஞ்சாபின் உள்ளூர் ஆட்சியாளர்களை எதிர்த்துப் போர் புரிந்தார். ஆனால், திறந்தவெளியில் பல ஆட்சியாளர்களால் தோற் கடிக்கப்பட்டார். பின்னர் அவர் முல்தானில் அடைக்கலம் புகுந்தார்.

சிந்து மாகாணத்தின் உள்ளூர் ஆளுநருக்கு எதிராக ஜலாலுதீன் சண்டையிட்டுக் கொண்டிருந்தபோது, தெற்கு ஈரானின் கிர்மான் மாகாணத்தில் எழுச்சி ஏற்பட்டதைக் கேட்டறிந்தார்.

உடனே தெற்கு பலுசிஸ்தான் வழியாக அம்மாகாணத்தை நோக்கி அவர் பயணித்தார். ஜலாலுதீனிடம் கோர் மற்றும் பெஷாவரில் இருந்து வந்த படைகளும் இணைந்து கொண்டன. அப்படையில் கில்ஜி, துர்கோமன் மற்றும் கோரி பழங்குடியினங்களைச் சேர்ந்த வீரர்களும் இருந்தனர்.

தன்னுடைய புதிய கூட்டாளிகளுடன் கஜினியை நோக்கி ஜலாலுதீன் அணி வகுத்தார். ஜலாலுதீனை வேட்டையாடுவதற்காக நியமிக்கப்பட்ட துர்தை தலைமையிலான மங்கோலியப் படையை ஜலாலுதீன் தோற் கடித்தார்.

வெற்றி பெற்ற ஜலாலுதீன் கூட்டாளிகள் போரில் கிடைத்த பொருட்களைப் பிரித்துக் கொள்வதில் சண்டையிட ஆரம்பித்தனர். இறுதியைக் கில்ஜி, துர்கோமன் மற்றும் கோரி பழங்குடியினத்தவர்கள் ஜலாலுதீனை அப்படியே விட்டுவிட்டு பெஷாவருக்குத் திரும்பி விட்டனர்.

இந்த நிகழ்வு நடந்து முடிந்த நேரத்தில் செங்கிஸ்கானின் மூன்றாவது மகனான ஒக்தாயிகான் மங்கோலியப் பேரரசின் பெரிய கானாக பதவியில் அமர்ந்திருந்தார்.

கானால் அனுப்பப்பட்ட சோர் மகான் எனும் மங்கோலியத் தளபதி ஜலாலுதீனைத் தாக்கித் தோற்கடித்தார். இவ்வாறாக, குவாரசமிய ஷாவின் அரச மரபு முடிவுக்கு வந்தது.

காஷ்மீர் மீது கி.பி. 1235க்குப் பின் மற்றொரு மங்கோலியப் படை யெடுப்பு நிகழ்ந்தது. மங்கோலிய நிர்வாக ஆளுநர் காஷ்மீர் பகுதியில் நிலை நிறுத்தியது.

அக்காலக் கட்டத்தில் ஒடோச்சி என்ற பெயருடைய ஒரு காஷ்மீரிய புத்த குருவும் அவரது சகோதரர் நமோ என்பவரும் ஒக்தாயிகனின் அரசவைக்கு வருகை புரிந்தனர்.

பெஷாவரை மற்றொரு மங்கோலியத் தளபதியான பக்சக் தாக்கினார். ஜலாலுதீனிடம் இருந்து பிரிந்த பழங்குடியினத்தவரின் இராணுவத்தைத் தோற்கடித்தார். ஏனெனில் அவர்கள் மங்கோலியர்களுக்கு ஒரு அச்சுறுத்தலாக விளங்கினர். பெரும்பாலும் கல்ஜிகளாக இருந்த அந்தப் பழங்குடியினத்தவர்கள் முல்தானுக்கு ஓடினர். பிறகு தில்லி சுல்தான கத்தின் இராணுவத்தில் சேர்த்துக் கொள்ளப்பட்டனர்.

மங்கோலிய ராணுவம் 1241-ஆம் ஆண்டில் சிந்து சமவெளி மீது படையெடுத்தது. லாகூரை முற்றுகையிட்டது. அந்த வருடத்தில் பெரிய கான் ஒக்தாயி இறந்தார்.

காஷ்மீரிகள் 1254-55ல் புரட்சி செய்தனர். 1251-ல் பெரிய கானாகப் பதவியேற்ற மோங்கேகான் தனது தளபதிகளை சலி மற்றும் தகுதரை காஷ்மீர் அவையை மாற்றம் செய்ய நியமித்தார். மேலும், அவர் காஷ்மீரின் ஆளுநராக புத்தகுரு ஒடோச்சியை நியமித்தார்.

எனினும் காஷ்மீர் மன்னர் ஸ்ரீநகரில் ஒடோச்சியைக் கொலை செய்தார். காஷ்மீர் மீது படையெடுத்த சலி மன்னரைக் கொன்ற புரட்சியை ஒடுக்கினர்.

அதன்பிறகு பல வருடங்களுக்கு காஷ்மீர் பகுதி மங்கோலியப் பேரரசின் ஆளுகைக்குட்பட்ட பகுதியாக விளங்கியது.

மங்கோலியத் தலைநகரான கரகோரத்தை ஆண்டு வந்த தனது அண்ணனிடமிருந்து அரியணையைக் கைப்பற்றும் ஆசையில் தில்லி இளவரசன் ஜலாலுதீன் மசூத் காத்திருந்தார்.

இதற்கான உதவியைப் பெறுவதற்கு மோங்கே கானை சந்திக்க 1248ல் ஜலாலுதீன் மசூத் பயணம் மேற்கொண்டார்.

அச்சமயம் மோங்கே பெரிய கானாக முடிசூட்டு விழாவில் இருந்தார். ஜலாலுதீன் மசூத் வேண்டிய உதவியை செவி மடுத்தார் மோங்கே கான். தனது பூர்வீக உரிமையைப் பெறுவதற்கு ஜலாலுதீனுக்கு உதவும்படி சலிக்கு ஆணையிட்டார் மோங்கே.

முல்தான் மற்றும் இலாகூர் மீது வெற்றிகரமான தாக்குதல்களை சலி நடத்தினார். ஹெராத்தின் பட்டத்து இளவரசனான சம்அல்?தின் முகமது சர்ட் மங்கோலியர்களுடன் இத்தாக்குதலில் இணைந்து செயல்பட்டார். லாகூர், குஜா மற்றும் சோட்ரா ஆகிய இடங்களின் ஆட்சியாளராக ஜலாலுதீன் நியமிக்கப்பட்டார்.

1257-ல் சிந்து மாகாணத்தின் ஆளுநர் தனது முழுப்பகுதியையும் மோங்கேயின் தம்பியான குலாலுகானுக்குத் தர முன் வந்தார். அதற்குப் பதிலாக தில்லியிலுள்ள தனது ஆட்சியாளர்களிடமிருந்து பாதுகாத்துக் கொள்ள மங்கோலியப் பாதுகாப்பை வேண்டினார்.

சலி பகதூர் தலைமையில் பலம் வாய்ந்த இராணுவத்தை சிந்து மாகாணத்துக்கு குலாறுகள் அனுப்பினார். சலி பகதூர் முல்தானிலிருந்த கோட்டைப் பாதுகாப்புகளை அகற்றினார்.

இந்தியா மீதான பெரிய அளவிலான மங்கோலியப் படையெடுப்புகள் நின்று போயின. இந்தச் சூழ்நிலையைப் பயன்படுத்தி தில்லி சுல்தான் முல்தான், உச் மற்றும் லாகூர் ஆகிய எல்லைப் பட்டணங்களை மீட்டெடுத்தனர்.

மங்கோலிய படையெடுபப்புகளின் விளைவாக தில்லி சுல்தானகத்தில் தஞ்சமடைந்திருந்த பெரிய எண்ணிக்கையிலான பழங்குடி இனங்கள் வடஇந்தியாவில் இருந்த அதிகார அமைப்பை மாற்றின.

கல்ஜி பழங்குடியினம் பழைய தில்லி சுல்தான்களிடமிருந்து அதிகாரத்தைக் கைப்பற்றியது. விரைவிலேயே இந்தியாவின் பிற

பகுதிகளுக்கும் தங்களது அதிகாரத்தை விரிவுப்படுத்தியது. இதே காலக்கட்டத்தில் இந்தியாவுக்குள் மங்கோலியப் படையெடுப்புகள் மீண்டும் தொடங்கின.

1260களில் மங்கோலியப் பேரரசின் உள்நாட்டு யுத்தம் ஆரம்பித்த போது நடு ஆசியாவை சகதாயிகான் அரசு தனது கட்டுப்பாட்டில் வைத்திருந்தது. அதன் தலைவராக 1280கள் முதல் துவா என்பவர் இருந்தார். அவர் கய்டுகானுக்கு அடுத்த இடத்தில் இருந்தார்.

ஆப்கானிஸ்தானில் செயல்பட்டுக் கொண்டிருந்த துவா இந்தியாவுக்கும் மங்கோலிய ஆட்சியை நீட்டிக்க முயற்சிகள் செய்தார்.

இஸ்லாமிய சமயத்தையும் நெகுதர் இனத்தையும் சேர்ந்த ஆளுநரான அப்துல்லா, சகதாயி கானின் நான்காவது தலைமுறை வழித்தோன்றல் ஆவார். அவர் 1292ல் தனது படையுடன் பஞ்சாபின் மீது படையெடுத்தார். இப்போரில் கல்ஜியின் சுல்தானை ஜலாலுதீனால் 4000க்கும் மேற்பட்ட மங்கோலியக் கைதிகள் இஸ்லாம் மதத்திற்கு மாற்றப்பட்டு தில்லிக்குக் கொண்டு வரப்பட்டனர்.

இவர்கள் புதிய முஸ்லீம்கள் என்ற பெயருடன் வாழ்ந்தனர். இவர்கள் வாழ்ந்த பகுதி சரியாக முகலாயபுரம் என்று பெயரிடப்பட்டது.

ஜலாலுதீனுக்குப் பின் வந்த அலாவுதீன் ஆட்சிக்காலத்தில் வட இந்தியா மீது தொடர்ந்து படையெடுத்தனர்.

1297-ஆம் ஆண்டில் காதர் என்பவர் தனது ராணுவத்துடன் வந்து பஞ்சாப் பகுதியை சூறையாடினார். மேலும், அவர் கசூர் வரை முன்னேறி வந்தார். 1298-ஆம் ஆண்டு உலுக்கான் தலைமையிலான அலாவுதீனின் இராணுவமானது படையெடுப்பாளர்களைத் தோற்கடித்தது.

1299 பிற்பகுதியில் ஒரு மங்கோலிய இராணுவம் சிந்து பகுதி மீது படையெடுத்தது. சிவிஸ்தான் கோட்டையை ஆக்கிரமித்தது. இந்த மங்கோலியர்கள் உலுக்கானால் தோற்கடிக்கப்பட்டனர்.

அச்சமயம் அலாவுதீனின் இராணுவத்தின் முக்கியப் படையானது உலுக்கான மற்றும் நஸ்ரத்கான் ஆகியவர்களால் தலைமை தாங்கப்பட்டு குஜராத்தை சூறையாடிக் கொண்டிருந்தது. இந்த ராணுவம் குஜராத்தில் இருந்து தில்லிக்குத் திரும்பி வந்து கொண்டிருந்தபோது இதிலிருந்த

மங்கோலிய வீரர்களில் சிலர் கலகம் செய்தனர். பின்னர் இந்தக் கலகம் ஒடுக்கப்பட்டது.

1299-ஆம் ஆண்டு பிற்பகுதியில் துவா தனது மகன் குத்லுக் கவாஜாவை தில்லியை வெல்வதற்காக அனுப்பினார்.

அலாவுதீன் தனது இராணுவத்தை டில்லிக்கு அருகில் உள்ள கிளி என்ற இடத்திற்குக் கொண்டு சென்றார். போரைத் தாமதப்படுத்த முயன்றார். இராணுவ உதவிப் பொருட்கள் பற்றாக்குறை காரணமாக மங்கோலியர்கள் பின்வாங்குவார்கள் என நம்பினார். ஆனால், அலாவுதீன் தளபதியான ஜாபர்கான் அலாவதீனின் அனுமதியின்றியே மங்கோலியா ராணுவத்தை தாக்கினார்.

மங்கோலியர் தோற்று ஓடுவதுபோல ஓட ஆரம்பித்தனர். ஜாபர் கானின் ராணுவத்தைத் தங்களைப் பின் தொடருமாறு வரச்செய்து பொறியில் சிக்க வைத்தனர். படையெடுப்பாளர்கள் மீறி கடுமையான சேதத்தை விளைவித்த பின்னர் ஜாபர்கான் மற்றும் அவரது வீரர்கள் கொல்லப்பட்டனர். சில நாட்களுக்குப் பிறகு மங்கோலியர்கள் பின் வாங்கினர்.

அவர்களது தலைவர் குத்லுக் கவாஜர் படுகாயமடைந்தார். திரும்பிச் செல்லும் வழியில் இறந்தார்.

காகதியர்களின் தலைநகரான வாராங்கலை சூறையாட 13.02.1303 காலக்கட்டத்தில் அலாவுதீன் தனது ராணுவத்தை அனுப்பினார்.

அலாவுதீன் சித்தூரரை முற்றுகையிட தானே கிளம்பினார். பாது காப்பின்றி இருந்த தில்லியைக் கவனித்த மங்கோலியர்கள் 1303-ஆம் ஆண்டின் ஆகஸ்டு மாதத்தில் மற்றொரு படையெடுப்பை நிகழ்த்தினார்.

படையெடுப்பாளர்கள் வரும் முன்பே அலாவுதீன் டில்லிக்கு சென்ற டைந்தார். ஆனால், ஒரு வலிமையான தற்காப்பை அமைப்பதற்கு அவருக்குப் போதிய நேரம் கிடைக்கவில்லை. அந்நேரத்தில் கட்டப் பட்டுக் கொண்டிருந்த சிரி கோட்டையில் ஒரு முகாம் அமைத்து கடுமையான பாதுகாப்புடன் அவர் தங்கியிருந்தார்.

தில்லி மற்றும் அதன் அண்டைப் பகுதிகளை மங்கோலியர்கள் சூறை யாடினர். ஆனால், சிரி கோட்டையை வெல்ல முடியாத காரணத்தால்

இறுதியாகப் பின்வாங்கினார்.

மங்கோலியர்களுடன் ஏற்பட்ட இந்த நெருக்கமான சண்டை மங்கோலியர்கள் இந்தியாவிற்கு வருவதற்கான பாதைகள் முழுவதும் இருந்த கோட்டைகள் மற்றும் இராணுவ இருப்பை வலிமையாக்க அலாவுதீனைத் தூண்டியது.

மேலும், ஒரு வலிமையான ராணுவத்தை பராமரிக்கத் தேவையான போதிய அளவு வருமானத்தை உறுதி செய்வதற்காக அலாவுதீன் தொடர்ச்சியான பொருளாதாரச் சீர்திருத்தங்களைச் செயல்படுத்தினார்.

இந்த நிகழ்வுகளுக்குச் சிறிது காலத்திற்குப் பிறகு துவாகான், யுவான்கான் தெமூர் ஒல்ஜெய்டுவுடன் நடந்து கொண்டிருந்த சண்டைகளை நிறுத்த விரும்பினார்.

1304-ஆம் ஆண்டு வாக்கில் மங்கோலியக் காரைசுகளுக்கு இடையில் ஒரு பொதுவான அமைதி அறிவிக்கப்பட்டது. இதன் மூலம் யுவான் அரச மரபு மற்றும் மேற்கு காரைசுகளுக்கு இடையில் இருந்த சண்டை நிறுத்தப்பட்டது. இவ்வாறாக சுமார் 25 வருடங்களுக்கு நீடித்தது.

இது நடந்த உடனேயே துவாகான் இந்தியா மீது ஒரு கூட்டு மங்கோலியத் தாக்குதலை நடத்த முன்மொழிந்தார். ஆனால், அந்தப் படையெடுப்பு பொருள்மயமாக்கப்படவில்லை.

துவாகான் 1305-ஆம் ஆண்டு டிசம்பர் மாதத்தில் மீண்டும் ஒரு ராணுவத்தை அனுப்பினார். அந்த ராணுவம் கடுமையான காவலுடன் இருந்த தில்லி நகரத்தைத் தாண்டி தென்கிழக்கு திசையிலவ் இமயமலை அடிவாரத்தின் வழியே கங்கைச் சமவெளிக்கு முன்னேறியது.

மாலிக் நாயக்கால் தலைமை தாக்கப்பட்ட அலாவுதீனின் 30000 வீரர்களைக் கொண்ட வலிமையான குதிரைப்படை அம்ரோகா யுத்தத்தில் மங்கோலியர்களைத் தோற்கடித்தது.

பெரும் எண்ணிக்கையிலான மங்கோலியர்கள் கைது செய்யப்பட்டு கொல்லப்பட்டனர்.

மற்றொரு மங்கோலிய ராணுவம் 1306ல் அனுப்பப்பட்டு இராவி ஆறு வரை முன்னேறியது. வரும் வழியில் இருந்த பகுதிகளை சூறையாடியது. இந்த ராணுவத்தில் மூன்று பிரிவுகள் இருந்தன.

அவை கோபேக், இக்பால் மண்ட் மற்றும் தைபு ஆகியோர்களால் தலைமை தாங்கப்பட்டன.

மாலிக்காபூர் தலைமை தாங்கிய அலாவுதீன் படைகள் படை யெடுப்பாளர்களை உறுதியுடன் தோற்கடித்தன.

இதே காலக்கட்டத்தில் மங்கோலிய அரசனான துவாகான் இறந்தார். அவருக்கு அடுத்து அரியணைக்கு யார் வருவது என்ற சண்டையில் இந்தியா மீதான மங்கோலியப் படையெடுப்புகள் நின்று போயின.

இந்தச் சந்தர்ப்பத்தைப் பயன்படுத்திக் கொண்ட அலாவுதீனின் தபதியான மாலிக் துக்ளக் தற்கால ஆப்கானிஸ்தானில் இருந்த மங்கோலியப் பகுதிகளின் மீது அடிக்கடி தாக்குதல்களை நடத்தினார்.

✽

18

வெற்றி மட்டுமே இலக்கு

தீ தன்னுடைய பிரம்மாண்டமான ராட்சச நாக்குகளைச் சுழற்றி ஜர்செட் நகரின் லட்சக்கணக்கான மக்களின் உயிரை நக்கி விழுங்கியது.

சக மனிதர்களையே கொன்று தின்னும் பசியின் கோர நிலைக்கு ஜர்செட் நகர மக்கள் செல்லும்வரை காத்திருந்து, 'தாக்குங்கள்' என்று செங்கிஸ் கானின் உத்தரவு பிறந்த மறுகணமே மொத்த நகரும் தீ வைக்கப்பட்டது.

நகரம் முழுமையாகக் கொள்ளை யடிக்கப்பட்டது. குண்டூசி முனை செல்வம் கூட நழுவாமல் மூட்டை கட்டி னார்கள்.

இனி கொள்ளையடிக்க ஏதுமில்லை எனத் தெரிந்த பின்னர் செங்கிஸ்கானின்

ஆசை எனும் தீயின் எச்சம் நகரை சாம்பலாக்கி விட்டது.

நாடி நரம்பெல்லாம் யுத்தவெறி பிடித்த செங்கிஸ்கானின் கூச்சலில் நடுநடுங்கியது அந்த யுத்தக்களம்.

வெற்றி மட்டுமே நம் இலக்கு. மங்கோலியாவிற்காக நம் குழந்தை களின் எதிர்காலத்திற்காக...

பரந்த கந்தகக் கிடங்கில் நெருப்புத் துண்டை வீசியதுபோல செங்கிஸ்கானின் நாவிலிருந்து பறந்த பாஸ்பரஸ் முழக்கங்கள், மங்கோலிய வீரர்களை அக்கினிக் குண்டங்களாக்கியது.

ஜர்செட் நகரை சீன அரச மரபுகளுள் ஒன்ற அச்சமயம் ஆண்டு வந்தது. தன்னுடைய படையைவிட இரண்டு மடங்கு பலமுள்ள ஜர்செட்டை எதிர்த்து மங்கோலியாவிலிருந்து கிளம்பி பல மாதங்களாகி விட்டன.

கி.பி.1211-ல் கூடாரங்கள் மட்டுமே வாழ்க்கை நடத்த வசதி என்னும் எண்ணம் படைத்தவர்களான மங்கோலியர்களுக்கு சீனர்களின் கருங்கல் கட்டிடங்கள் ஆச்சர்யத்தை அளித்தது.

ஜர்செட்டை போரினால் வீழ்த்துவது அத்தனை எளிதான காரியம் இல்லை. அதனால் செங்கிஸ்கான் புதிய யுக்திகளைக் கையிலெடுத்தார்.

சுற்றுப்புற கிராமங்களிலிருந்து நகரத்திற்குச் செல்லும் உணவுகளைக் கொள்ளையடிக்கத் தொடங்கியது மங்கோலியப் படை. அதுபோன்றே நகரின் பிரதான குடிநீர் மூலமாக இருந்த கிளையாற்றின் பாதையை அடைத்தனர்.

நகரத்தைச் சுற்றி இருந்த அத்தனைக் கிராமங்களையும் வென்று அடிமையாக்கினார் செங்கிஸ்கான்.

நாளும் ஒரு போர்; பொழுதும் ஒரு சாவு என்று செங்கிஸ்கானின் வாழ்க்கை முழுவதும் யுத்தக்களங்களின் சங்கிலியாக தொடர்ந்து வந்திருப்பதை வரலாறு அனைத்துப் பக்கங்களிலும் கூறுகிறது.

ஓயாத குருதிக்களங்களின் இரத்த வாடை வீசும் காற்று மண்டலமாக, பசிபிக் கடல் முதல் காஸ்பியன் கடல்வரை தன்னுடைய கட்டுப்பாட்டில் வைத்திருந்த மாமன்னராக செங்கிஸ்கானின் வரலாறு ஈரம் காயாத பிசுபிசுப்பான இரத்தத்தில் எழுதப்பட்டிருக்கிறது.

செங்கிஸ்கானின் பரந்த சாம்ராஜ்யம் என்பது சுமார் பத்து மில்லியன் சதுர மைல்களுக்கு பரவியிருந்தது. செங்கிஸ்கானின் இந்த மகத்தான சாம்ராஜ்யம் அலெக்சாண்டரின் சாம்ராஜ்யத்தைவிட இரண்டு மடங்கு பெரியது. ரோமானிய சாம்ராஜ்யத்தைவிட இரண்டு மடங்கு பெரியது.

உலகின் பெரும் பகுதிகளை செங்கிஸ்கான் அளவிற்கு எந்த மன்னரும் ஆக்கிரமித்ததில்லை. ஆனால், இதே செங்கிஸ்கான் தன்னுடைய சிறுவயதில் தங்குவதற்கு குடிசையில்லாமல் தவிக்க விடப்பட்டவர் என்பது நம் புருவத்தை உயர்த்தச் செய்யும்.

✷

19

மங்கோலிய – சின் அரசு மரபு போர்க்களங்கள்

மங்கோலியப் பேரரசுக்கும் மன்சூரியா மற்றும் வடசீனாவை ஆண்ட சுரசன்கள் தலைமையிலான சின் அரச மரபிற்கும் இடையே ஏறத்தாழ இருபத்தி மூன்று ஆண்டுகள் (1211-1234) நீடித்த போர் செங்கிஸ்கானின் போர் வலிமை யைப் பறைசாற்றும் வரலாற்றுப் பயண மாக கூறப்படுகிறது.

சின் அரச மரபின் சுரசன் ஆட்சி யாளர்கள் மங்கோலிய புல்வெளிகளில் வாழ்ந்த நாடோடிப் பழங்குடியினரிடம் கப்பம் பெற்றுக் கொண்டிருந்தனர். மேலும், பழங்குடியினருக்கு இடையே சண்டைகளைத் தூண்டி விட்டனர்.

மங்கோலியர்களின் காபூல்கானின் தலைமையில் 12-ஆம் நூற்றாண்டில்

ஒன்றிணைந்தபோது சுரசன்கள் தாதரக்ளைத் தாண்டிவிட்டு அவர்களை அழிக்க முயன்றனர். ஆனால், மங்கோலியர்கள் தங்கள் பகுதியிலிருந்து சின் படைகளை வெளியேற்றினர்.

காபூல்கானுக்குப் பின் ஆட்சிக்கு வந்த அம்பகையை தாதர்கள் முடித்தனர். அவரை சின் அரச மரபின் பேரரசர் க்ஷிசோங் அம்பகையை சிலுவையில் அறைந்து கொல்ல ஆணையிட்டார்.

சின் அரசாங்கமானது அடிக்கடி மங்கோலிய நாடோடிகளுக்கு எதிராக சிறு தாக்குதல்களையும் நடத்தியது. தாக்குதலின் முடிவில் அவர்கள் அடிமையாக்கப்பட்டனர்.

1210-ல் செங்கிஸ்கானின் அவைக்கு வன்யன் யோங்ஜிசின் அரியணைக்கு வந்ததை அறிவிக்க ஒரு குழு வந்தது. மங்கோலியர்களை கப்பம் கட்டம் கூறியது.

சுரசன்கள் சக்தி வாய்ந்த புல்வெளி நாடோடிகளை தோற்கடித்து இருந்தனர். கெரயிடுகள் மற்றும் தாதர்களுடன் கூட்டணியில் இருந்தனர். இதன் காரணமாக புல்வெளியில் இருந்த அனைத்துப் பழங்குடியினரும் தங்கள் ஆட்சியின்கீழ் எனக் கூறினர்.

சின் அரசாங்கத்தின் உயர்நீதிமன்ற அதிகாரிகள் மங்கோலியர்கள் பக்கம் கட்சி தாவி செங்கிஸ்கானை சின் அரச மரபை தாக்குமாறு வலியுறுத்தினர். இது ஒரு பொறியாகவோ அல்லது மோசமான சூழ்ச்சித் திட்டமாகவே இருக்கலாம் என எண்ணிய செங்கிஸ்கான் மறுத்தார்.

கப்பம் கட்ட கூறி ஆணை வந்தபோது செங்கிஸ்கான் தெற்குப் பக்கம் திரும்பி தரையில் எச்சில் துப்பியதாகக் கூறப்படுகிறது.

பிறகு தனது குதிரையில் ஏறி வடக்குப் பக்கம் சென்றார். அதிர்ச்சியில் உறைந்திருந்த தூதுவன் குதிரைக் குளம்பின் புழுதியில் மூச்சு முட்ட நின்றான்.

செங்கிஸ்கானின் மறுப்பு மங்கோலியர்கள் மற்றும் சுரசன்கள் இடையே ஒரு போரை அறிவித்ததற்கு சமமானதாகும்.

கெர்லன் ஆற்றுக்கு செங்கிஸ்கான் திரும்பி வந்த பிறகு 1211ன் ஆரம்பத்தில் அவர் ஒரு குலுல்த்தாய்க்கு அறிவிப்பு விடுத்தார். ஒரு பெரிய விவாதத்திற்கு ஏற்பாடு செய்ததன் மூலம் சமூகத்தில் இருந்த

ஒவ்வொருவரும் இதில் ஈடுபட்டனர். அருகில் இருந்த மலையில் கான் தனியாக வழிபட்டார்.

நான்காம் நாள் காலையில் செங்கிஸ்கான் ஒரு தீர்ப்புடன் வெளிப்பட்டார்.

எல்லையற்ற நீல வானமானது வெற்றி மற்றும் பழிவாங்கலை நமக்கு சத்தியம் செய்து கொடுத்துள்ளது.

செங்கிஸ்கான் நடந்து கொண்ட விதத்தைக் கேள்விப்பட்ட வன்யன் யோங்ஜி, ஒரு செய்தியை அனுப்பினார்.

எங்கள் பேரரசு கடல் போன்றது உங்களுடையதோ கைப்பிடி மண் போன்றது. நாங்கள் எப்படி உங்களைக் கண்டு பயப்பட முடியும்?

தாங்குடுகள் தலைமையிலான மேற்கு சியா பேரரசு மீது படை யெடுப்பு ஆரம்பிக்கப்பட்டபோது 1207 முதல் 1209 வரை பல்வேறு தாக்குதல்கள் நடத்தப்பட்டன. மங்கோலியர்கள் 1211-ல் சின் பகுதி களைத் தாக்கியபோது ஒங்குடு மக்களின் தலைவராக இருந்த அல்குஸ் செங்கிஸ்கானை ஆதரித்தார்.

சின் அரச மரபின் இதயப் பகுதிக்கு செல்ல பாதுகாப்பான வழியையும் காண்பித்தார். மங்கோலியப் பேரரசு மற்றும் சின் அரச மரபுக்கு இடையிலான முதல் முக்கியமான யுத்தமானது எஹுலிங் யுத்தம் ஆகும்.

இது 1211-ல் ஜங்ஜியா கோவு என்ற இடத்தில் ஒரு மலை வழியில் நடைபெற்றது. அங்கு சின் தளபதி பன்யன் ஜியுஜின் மங்கோலியர்களை தாக்க தனக்குக் கிடைத்த முதல் வாய்ப்பைப் பயன்படுத்தாமல் ஒரு தந்திராபாயத்தைச் செய்தார்.

அதற்குப் பதிலாக அவர் சிமோமிங்கன் என்ற தூதுவனை மங்கோலியர்களிடம் அனுப்பினார். உடனடியாக மங்கோலியர்கள் பக்கம் தாவிய அந்தத் தூதுவன் சின் படையானது வழியின் அடுத்த பக்கத்தில் காத்திருப்பதைக் கூறினான்.

அங்கு நடைபெற்ற ஹுலிங் யுத்தத்தில் மங்கோலியர்கள் ஆயிரக்கணக்கான சீன் துருப்புக்களை கொன்றனர். படையை நகர்த்திக் கொண்டே சண்டையிட மங்கோலியர்கள் ஆரம்பித்திலேயே கற்றனர்.

அவர்கள் பட்டணங்கள் வழியே சென்று தங்களது எதிரிகளை அவர்களின் விலங்குகளிடமிருந்து பிரித்து வர வைப்பர்.

எதிரிகள் மங்கோலிய ராணுவத்தின் பொறிக்குள் சிக்கும்போது மங்கோலியர்கள் அவர்களைக் கொன்ற அவர்களைக் கொன்று அவர்களுடைய விலங்குகளை எடுத்துக் கொள்வர்.

செங்கிஸ்கான் தெற்கு நோக்கி சென்றபோது அவருடைய தளபதி செபே மேலும் கிழக்கு நோக்கி மஞ்சூரியாவிற்கு பயணம் செய்தார். அங்கு முக்டென் என்ற பகுதியைக் கைப்பற்றினார்.

எனினும், 1212-ல் செங்கிஸ்கான் தனது முழங்காலில் பட்ட அம்பினால் காயமுற்றார். இதன் பிறகு மங்கோலியர்கள் புல்வெளி மற்றும் கோபி பாலைவனத்துக்கு இடைப்பட்ட பகுதியிலிருந்து ஓய்விற்குப் பிறகு திரும்பினர்.

1212-ல் கிதான் தலைவர் லியு-கே செங்கிஸ்கான் உடன் தனது கூட்டணியை பிரகடனப்படுத்தினார். மஞ்சூரியாவை சின்களிடமிருந்து விடுவித்தார்.

மங்கோலி இராணுவமானது 1213-ல் சின்களின் மத்திய தலைநகரமான ஷோங்குவை முற்றுகையிட்டது. லட்சம் வீரர்களைக் கொண்ட சின் ராணுவங்களை மங்கோலியர் தோற்கடித்தனர். 1213 முதல் 1214 வரை மங்கோலியர்கள் முழு வடக்கு சீன சமவெளியைச் சூறையாடினர்.

1214-ல் செங்கிஸ்கான் ஷோங்டுவில் உள்ள தங்ககானின் அவையைச் சுற்றி வளைத்தார். சின் தளபதி ஹூஷாஹ் பேரரசர் வன்யன் யோங்ஜி யின் உடன்பிறப்பின் மகனான க்ஷூவான் ஷோங்கை பேரரசர் பதவியில் அமர்த்தினர்.

மங்கோலியர்கள் ஷோங்டுவை முற்றுகையிட்டபோது சில அரசாங்க மானது மங்கோலியப் பேரரசுக்கு கப்பம் கட்ட தற்காலிமாக ஒப்புக் கொண்டது.

செங்கிஸ்கானுக்கு அரசன் இளவரசியை பரிசாகத் தந்தான். சின்களிட மிருந்து பெரிய அளவில் பரிசுகளை பெற்று இருந்த மங்கோலியர்கள் 1214-ல் போர் முடிவுற்றதாக நினைத்து பின்வாங்க ஆரம்பித்தனர்.

அப்போது பல்லாயிரக்கணக்கில் பெருகி இருந்த தனது படையினரைக் கொண்டு வியிங் மங்கோலியர்களின் மீது தாக்குதல் நடத்த விரும்பினார். ஆனால், பல எதிர்ப்புகளைக் கணக்கிலெடுத்து பின்வாங்கப்பட்டது. 1215-ல் ஷோங்டு மங்கோலியர்களிடம் வீழ்ந்தது.

சின் தலைநகரை கைஃபேங்குக்கு மாற்றிய பிறகு சின் அரசன் வன்யன் செங்குயி மற்றும் தளபதி மோரன்ஜிங் ஜோங் ஆகியோர் ஷோங்டுவை காவல் காக்க வைத்தனர்.

அந்த நேரத்தில் சின் ராணுவத்தின் ஒரு பகுதி மங்கோலியர்கள் பக்கம் கட்சி தாவியது. ஷோங்டுவை தெற்குப் பகுதியிலிருந்து தாக்கி லுகோவி பாலத்தைக் கைப்பற்றியது.

செங்கிஸ்கான் ஷோங்டுவைத் தாக்க மீண்டும் தனது துருப்புகளை அனுப்பினார். சரணடைந்த சிதான் தளபதிகளை சிமோ மிங்கன், தலைமையில் அப்படை அனுப்பப்பட்டது. ஷோங்டு மங்கோலியரிடம் 1215 மே 31ல் வீழ்ந்தது.

செங்கிஸ்கான் அதன்பிறகு தன் கவனத்தை மத்திய ஆசியா மற்றும் பாரசீகத்திலிருந்த மற்றொரு நிகழ்வின் மீது திரும்பினார்.

1223-ல் செங்கிஸ்கான் குவாரசமியாவைத் தாக்கிக் கொண்டிருந்த போது மங்கோலிய தளபதி முகாலி ஷான்க்ஷி மாகாணத்தின் சங்கன் பகுதியைத் தாக்கினார்.

சங்கன் கோட்டையில் 200000 வீரர்கள் வன்யன் ஹெடா தலைமையில் பலம் பொருந்தி இருந்ததால் முகாலி தன் இலக்கை மாற்றி ஃபெங் பகுதியை 10,000 வீரர்களுடன் முற்றுகையிட்டார்.

முற்றுகையானது மாதக்கணக்கில் முடிவுறாமல் நடந்து கொண்டிருந்தது. மங்கோலியர்கள் உள்ளூர் மக்கள் படையினரால் தாக்கப்பட்டனர்.

அந்நேரத்தில் சின் அரசின் உதவிப் படைகளும் வந்து கொண்டிருந்தன. அப்போது முகாலி உடல்நலக்குறைவால் இறந்தார். மங்கோலியர் பின்வாங்கினர்.

இந்த முற்றுகையின்போதுதான் மங்கோலியர்களுக்கு ஆதரவளித்துக் கொண்டிருந்த மேற்கு சியா துருப்புகள் ஆதரவை விலக்கிக் கொண்டு

தங்கள் நாட்டிற்குத் திரும்பின. இதனால் செங்கிஸ்கான் கோபத்துக்கு ஆளாகினர்.

செங்கிஸ்கானுக்குப் பின் வந்த ஒகோடிகான் தனது தந்தைக்குப் பிறகு ஆட்சிக்கு வந்தபோது சின் அரசின் அமைதிப் பேச்சு வார்த்தைகளை நிராகரித்தார். சின் அதிகாரிகள் மங்கோலிய தூதுவர்களைக் கொன்றனர்.

டோங் வழியைத் தாக்க முயற்சிக்க கெசிக் தளபதி தோகோல்டு அனுப்பப்பட்டார். இதன் காரணமாக 1230ல் சுபதை பின்வாங்கினர். 1231-ல் மங்கோலியர்கள் மீண்டும் தாக்கினர். கடைசியாக பெங்க்ஷி யாங்கை கைப்பற்றினர்.

சங்கன் கோட்டையில் இருந்த சின் வீரர்கள் பயந்து கோட்டையைக் கைவிட்டு விட்டு ஓடினர். நகரத்தின் அனைத்து மக்களுடன் ஹெனான் மாகாணத்திற்கு ஓடினார்.

ஒரு மாதத்துக்குப் பின் கைஃபேங் மீது வடக்கு கிழக்கு மற்றும் மேற்கு ஆகிய திசைகளில் இருந்து மும்முனைத் தாக்குதல் நடத்த மங்கோலியர்கள் முடிவு செய்தனர்.

ஆனால், இந்தத் திட்டத்தை வன்யன் ஹெடா அறிந்தார். டொலுயை வழிமறிக்க 200000 வீரர்களுடன் சென்றார். டெங்சோவு என்ற இடத்தில் டொலுயின் மீது பதுங்கியிருந்து தாக்குதல் நடத்த ஏற்பாடு செய்தார்.

பல்லாயிரக்கணக்கான குதிரைப் படையினரை மலையின் மறுபுறத்தில் பதுக்கி வைத்தார். ஆனால், டொலுயின் ஒற்றர்கள் அவருக்குத் தகவல் தெரிவித்தனர்.

டொலுய் தனது பெரும்பகுதி படையை ராணுவ உதவி பொருட்கள் வழங்கும் வண்டிகள் உடனேயே வைத்திருந்தார்.

சிறு இலகு ரக குதிரை படையினரை மட்டும் பள்ளத்தாக்கைச் சுற்றி வர செய்து சின் துருப்புகளைப் பின்பகுதியிலிருந்து தாக்கினார். தனது திட்டம் முறியடிக்கப்பட்டதை வன்யன் ஹெடா உணர்ந்தார்.

மங்கோலியர்கள் மீது தாக்குதல் நடத்த தனது படையைத் திரட்டினார். டெங்சோவுக்கு தென்மேற்கில் யு மலையில் இரு ராணுவங்களும் ஒரு சிறு யுத்தத்தை நடத்தின.

சின் ராணுவத்திடம் ஏராளமான படை வீரர்கள் இருந்தனர். அவர்கள் ஆக்ரோஷத்துடன் போரிட்டனர். மங்கோலியர்கள் யு மலையிலிருந்து 30 கி.மீ. தொலைவிற்குப் பின் வாங்கினர். டொலுய் தனது திட்டத்தை மாற்றினார்.

வன்யன் ஹெடாவை போரிட்டுக் கொண்டே வைத்திருக்க தனது படையின் ஒரு பகுதியை விட்டுச் சென்றார்.

தனது பெரும்பாலான வீரர்களை வடக்கு நோக்கி பல குழுக்களாக ஹெடாவுக்கு தெரியாத வண்ணம் கைஃபேங்கை தாக்க அனுப்பினார்.

டெங்சோவுவில் இருந்து கைஃபேங்குக்குச் செல்லும் வழியில் இருந்த அனைத்துப் பகுதிகளையும் ஒன்றன்பின் ஒன்றாக மங்கோலியர்கள் எளிதாக வென்றனர்.

ராணுவத்திற்கு உதவியாக இருக்கும் அனைத்துப் பொருட்களையும் அழித்தனர். பின்வரும் வன்யன் ஹெடாவின் ராணுவத்திற்கு எந்த உதவியும் கிடைக்கக் கூடாது என்பதற்காகவே அவர்கள் இவ்வாறு செய்தனர்.

வன்யன் ஹெடா பின்வாங்க வேண்டிய நிலையிலும் ஏற்பட்டது. செல்லும் வழியில் ஜூன் சோவி என்ற இடத்தில் இருந்த மூன்று சிகர மலையில் மங்கோலியர்களிடமே அவர் செல்ல நேர்ந்தது.

இந்த நேரத்தில் மஞ்சள் ஆற்றில் இருந்த சின் துருப்புகளும் டொலுயின் தாக்குதலை சந்திக்க தெற்குப் பகுதிக்குத் திருப்பி விடப்பட்டு இருந்தன.

ஒகோடிகான் தலைமையிலான மங்கோலிய வடக்குப் படையானது இந்த சந்தர்ப்பத்தைப் பயன்படுத்தி உறைந்திருந்த ஆற்றைக் கடந்து டொலுயுடன் இணைந்தது.

1232-ல் சுரசன் ஆட்சியாளரான பேரரசர் அயிசோங் கைஃபேங்கில் முற்றுகையிடப்பட்டார். ஒகோடி மற்றும் டொலுய் இணைந்து சின் படையினரை நொறுக்கினர். சிறிது காலத்திலேயே ஒகோடி தனது கடைசி தாக்குதலை தன் தளபதிகளிடம் கொடுத்துவிட்டு அவர் விலகிச் சென்றார்.

யு மலை யுத்தத்திற்குப் பின்னரும்கூட வன்யன் ஹெடாவின் ராணுவத்தில் ஒரு லட்சத்துக்கும் மேற்பட்ட வீரர்கள் இருந்தனர். எதிரிகளை சோர்வடையச் செய்யும் உத்தியை மங்கோலியர்கள் பின்பற்றினர்.

டெங்சோவில் இருந்து வந்த சின் துருப்புகள் சிறிதளவே ஓய்வெடுத்து இருந்தன. மூன்று நாட்களுக்கு உணவு உண்ணாமல் வந்திருந்தனர். ஏனெனில், மங்கோலியர்கள் ராணுவத்திற்கு உதவியாக இருக்கும் என நினைத்த எலலாவற்றையும் அழித்து இருந்தனர்.

வீரர்களின் மனநிறைவு குறைந்து கொண்டே இருந்தது. அவர்களது தளபதி நம்பிக்கை இழந்து கொண்டிருந்தனர்.

மூன்று சிகர மலையை அடைந்தபோது ஒரு பனிப்புயல் வந்தது. கடுமையான குளிர் காரணமாக சின் துருப்புகளின் முகம் பிணம்போல வெள்ளையானது. அவர்கள் நடப்பதற்கே கடினமாக இருந்தது. வழியின்றி இருந்த அவர்களை மங்கோலியர்கள் தாக்காமல் தப்பிக்க விட்டனர்.

தப்பித்துக் கொண்டிருந்த படையினரை மஙகோலியர்கள் பதுங்கி யிருந்து தாக்கினர். சின் இராணுவமானது எவ்வித எதிர்ப்பையும் காட்டாமல் சரிந்தது. மங்கோலியர்கள் தப்பித்து ஓடிய சீன துருப்பு களைத் துரத்தினர். வன்யன் ஹெடா கொல்லப்பட்டார்.

அவரது பெரும்பாலான தளபதிகளும் தங்கள் உயிர்களை இழந்தனர். ஆயிரக்கணக்கான மக்கள் மங்கோலியர்களை எதிர்த்து தாக்குப் பிடித்தனர்.

அதேநேரத்தில் மங்கோலியர்கள் கைஃபேங்கை கைப்பற்றியிருந்தனர். இதனால் பேரரசர் அயிசோங் தனது புதிய தலைநகரை ஹெனான் மாகாணம் அயிசோவில் நிறுவினார். அனைத்து மக்களையும் கொல்ல சுபுதை நினைத்தார்.

1232-ல் கைஃபேங்கை தற்காத்துக் கொள்ள சுரசன்கள் மங்கோலியர் களுக்கு எதிராக நெருப்பு அம்புகளை எய்தினர். மங்கோலியர்கள் இந்த ஆயுதத்தை அவர்களது எதிர்கால படையெடுப்புகளில் பயன்படுத்தினர்.

தெற்கு சாங் அரச மரமானது சின் அரச மரபுக்கு மரண அடி கொடுக்கக் காத்திருந்தது. அவர்கள் மீது போரை அறிவித்தது. ஒரு பெரிய ராணுவத்தை நிறுத்தியது.

எஞ்சிய சின் ராணுவத்தினர் கைசோவுவில் தஞ்சம் அடைந்தனர். அங்கே அவர்கள் மங்கோலியர்களில் ஒரு பக்கமும் சாங் ராணுவத்தால் மறுபக்கமும் முற்றுகையிட்டனர்.

சுற்றி வளைக்கப்பட்ட சுரசன்கள் விரக்தியின் தைரியத்தில் போரிட்டனர். சில காலத்திற்குத் தங்கள் எதிரிகளிடம் தாக்குப் பிடித்தனர். கடைசியாக பேரரசர் அயிசோங் இப்போராட்டத்தை நீண்ட நாட்களுக்கு நடத்த முடியாது என்பதை உணர்ந்தார்.

தன்னுடைய உயிரை மாய்த்துக் கொள்ள முடிவெடுத்தார். நகர சுவர்களை எதிரிகள் கடந்து வந்தபோது தன்னுடைய அரியணையை தன் தளபதி வன்யன் செங்லினிடம் கொடுத்துவிட்டு பேரரசர் அயிசோங் தற்கொலை செய்து கொண்டார். இவ்வாறாக சின் அரச மரபானது 1234-ல் முடிவுக்கு வந்தது.

✷

20

வெள்ளியை உருக்கித் தொண்டையில் ஊற்றுங்கள்

செங்கிஸ்கான் படை மங்கோலியாவை விட்டு வெளிப்பட்டவுடன் முதலில் சிக்கிக் கொண்ட நாடு சீனா.

சீனாவின் உலகப் புகழ்பெற்ற கோட்டைச் சுவர் செங்கிஸ்கானுக்கு ஒரு பொருட்டாகவே இல்லை. அந்தச் சுவரைக் காத்த வீரர்கள் அனைவரையும் வெட்டித் தள்ளிவிட்டு மங்கோலியப் படை சீனாவுக்குள் புகுந்து 1214-ஆம் ஆண்டுக்குள் வடசீனா முழுவதையும் கைப்பற்றி விட்டது.

இந்தியா அளவுக்குப் பரந்த பெரிய நிலப்பரப்பைக் கொண்ட சீனாவின் நடுவில் ஓடும் மஞ்சள் நதிக்கரையோரம் வந்த பிறகுதான் மங்கோலியப் படை நின்று சற்று மூச்சு விட்டுக் கொண்டது.

சீனாவின் வடக்குப் பகுதியை வென்று எல்லாவற்றையும் அள்ளிக் கொண்டு திரும்பிய மங்கோலியப் படை மேற்குப் பக்கம் திரும்பியது.

ஆப்கானிஸ்தான் எல்லையில் இருந்த ஒரு நாட்டின் எல்லைக்குச் சென்று எட்டிப் பார்த்த மங்கோலிய வீரர்கள் அங்கே வெட்டித் தள்ளப் பட்டார்கள்.

தகவல் தெரிந்தவுடன் கோபம் கொண்ட செங்கிஸ்கான் மறுபடியும் ஒரு தூதர் மூலமாக 'உடனடியாக சரணடையுங்கள்' என்று எச்சரிக்கையை அனுப்பினான்.

செங்கிஸ்கானைப் பற்றி அவ்வளவாக தெரியாததாலும் மங்கோலிய நாட்டை குறைத்து மதிப்பிட்டதாலும் ஒரு தவறு நடந்தது.

ஆப்கானிஸ்தானின் மன்னர் ஷா முகமது என்பவரின் கவர்னர் ஒருவர், செங்கிஸ்கான் தூதுவனின் தலையை வெட்டி அதனை செங்கிஸ்கானுக்கு பார்சலாக அனுப்பினார்.

ஏற்கனவே மூர்க்கனாக இருந்த செங்கிஸ்கானுக்கு இச்செயல் மிகவும் ஆத்திரத்தை ஏற்படுத்தி விட்டது.

ஐம்பதினாயிரம் வீரர்கள் அடங்கிய மங்கோலியப் படை ஆப்கானிஸ் தானுக்குள் புகுந்து அந்த நாட்டை அடியோடு கைப்பற்றி விட்டது.

முதல் வேலையாக தூதுவனின் தலையை வெட்டியனுப்பிய கவர்னரை இழுத்து வரச் செய்த செங்கிஸ்கான் அவரைப் பார்த்து குரூரப் புன்னகை புரிந்தான்.

அதனைக் கண்டு நடுங்கிப் போன அந்த கவர்னர் "என்னை உடனே குத்திக் கொன்று விடுங்கள்" என்று கதறினார்.

அதற்கு மறுப்பு தெரிவித்த செங்கிஸ்கான் அவருக்கு கொடுத்த தண்டனை மிக மிகக் கொடூரமானது.

"உனக்கு வெள்ளியைப் பரிசாகத் தரப் போகிறேன்" என்று நக்கலாக அவரைப் பார்த்துக் கூறினான் செங்கிஸ்கான்.

"இங்கே, அரண்மனையிலிருந்து எடுத்து வந்த வெள்ளியைக் கொதிக்க வைத்து உருக்கி அந்தக் குழம்பை இவனுடைய கண், காது, பிறகு தொண்டைக்குள் ஊற்றுங்கள்" என்று ஆணையிட்டான் செங்கிஸ்கான்.

உடனே அந்த மங்கோலிய வீரர்கள் கிளம்பிச் சென்று அத்தனைப் பெண்களையும் வெட்டிச் சாய்த்து வயிறுகளை கிழித்துப் பார்த்தனர். வைரம்தான் இல்லை.

உலகப் புகழ்பெற்ற நகரங்களில் ஒன்றான புகாராவுக்குள் மங்கோலியப் படை நுழைந்தது. அங்கே இருந்த பிரம்மாண்டமான மசூதிக்குள் பல்லாயிரக்கணக்கான மக்கள் ஒளிந்து கொண்டிருந்தனர்.

செங்கிஸ்கான் படையுடன் அங்கே செல்ல, கையில் புனித குர்ஆனுடன் அவனை நோக்கி வந்த இமாம் உடனடியாக வெட்டித் தள்ளப்பட்டார்.

கணவர்களின் முன்னிலையில் மசூதிக்குள்ளேயே பெண்களுக்கு மானபங்கம் நேரக்கூடாது என்ற பயத்தால் கணவன்மார்களே தங்கள் மனைவியரைக் கொன்றதாகக் கூறப்படுகிறது.

ஆப்கானிஸ்தான் முழுவதையும் செங்கிஸ் கைப்பற்றியாகி விட்டது. நம்மை எதிர்க்கும் நாட்டில் ஆண்கள் யாருமே உயிரோடு இருக்கக் கூடாது. சமாதானம் பேசும் நாடுகளில் உள்ள அனைத்து ஆண்களையும் அடிமைகளாக நாம் அழைத்துச் செல்ல வேண்டும் என்பதுதான் செங்கிஸ்கானின் உத்தரவு.

ஆப்கானிஸ்தானில் இருந்து கிளம்பிய மங்கோலியப் படை ஈரான், ஈராக் நாடுகளுக்குள் புகுந்து துவம்சம் செய்தது.

போரில் ஈடுபட்ட செங்கிஸ்கானின் பேரன் அம்பு பாய்ந்து இறந்து போனான். அந்த இளைஞனின் தந்தை (செங்கிஸ்கான் மகன்) வேறொரு பகுதியில் போரில் ஈடுபட்டிருந்ததால் தகவல் தந்தைக்குப் போய்ச் சேரவில்லை.

மகனை அழைத்து வரச் சொன்ன செங்கிஸ்கான், "நீ உண்மையான போர் வீரன் என்றால், பிரதானத் தளபதியான என் ஆணை எதுவாக இருந்தாலும் அதற்குக் கீழ்ப்படிய வேண்டும் செய்வாயா" என்று கேட்டான்.

"நிச்சயம் செய்வேன்" என்று கூறிய மகனைப் பார்த்து, "மகனே! உன் மகன் போரில் இறந்து விட்டான். நீ அதற்காக அழக்கூடாது என்பதுதான் என் ஆணை" என்றான் செங்கிஸ்கான்.

தொடர்ந்து பல நகரங்கள் மீதும் போர் தொடுத்து வந்த செங்கிஸ்கான் படையை அவ்வப்போது நிறுத்தி கூடாரங்கள் அமைத்து ஓய்வெடுப்பதால் நேரம் விரயமாகிறது என்று எடுத்துச் சொன்னதுடன் நகரும் கூடாரங்களை தயாரிக்க ஆணையிட்டான். பத்து அல்லது இருபது கட்டுமஸ்தான எருதுகள் அந்தக் கூடாரங்களை இழுத்துச் சென்றன. அத்தனைப் போர்த்திட்டங்களையும் மங்கோலிய மன்னன் நகரும் கூடாரத்தில்தான் திட்டம் தீட்டுவது வழக்கம்.

குவாரசமியப் பேரரசின் மீது படையெடுக்க வேண்டும் என்பது மங்கோலியப் பேரரசின் எண்ணமே கிடையாது. தவிர்க்க இயலாது சில காரணங்களால் நிகழ்ந்தது என்று வரலாற்றாய்வாளர்கள் கூறுகின்றனர்.

செங்கிஸ்கான் குவாரசமிய ஆட்சியாளரான அலாஅத்தின் முகமதுக்கு வணிகம் வேண்டி ஒரு செய்தி அனுப்பினார்.

அதில் செங்கிஸ்கான் கூறியதாவது : "சூரியன் உதிக்கும் நிலங்களின் கான் நான். அதே நேரத்தில் சூரியன் மறையும் நிலங்களின் சுல்தான் நீங்கள். நாம் இருவரும் நட்பு மற்றும் அமைதிக்கான ஒரு ஒப்பந்தத்தை ஏற்படுத்திக் கொள்வோம்" என்பதுதான் அது.

ஷா முகமது முழுமனதின்றி அந்த ஒப்பந்தத்திற்கு ஒப்புக் கொண்டார். ஆனால், அதுவும் நீடிக்கவில்லை. ஒரு வருடத்திற்குள்ளாகவே போர் ஆரம்பமானது. மங்கோலிய வணிக வண்டி மற்றும் அதன் தூதர்கள் குவாரசமிய நகரமான ஒற்றாரில் படுகொலை செய்யப்பட்டனர்.

போர் நடந்த காலம் சுமார் இரண்டு வருடங்களுக்கு சற்றே குறைவானது. இப்போரில் குவாரசமியப் பேரரசு அழிந்தது.

இந்தப் போருக்கும் பேரரசின் பேரழிவுக்கும் நிறைய பின்னணி இருந்தது.

காரா இதன்கன் தோற்ற பிறகு செங்கிஸ்கானின் மங்கோலியப் பேரரசு குவாரசமியப் பேரரசின் எல்லைவரை பரவி இருந்தது. அதை அலா-அத்தின் முகமது ஆண்டன் தன்னுடைய நாட்டின் சில பகுதிகளை அப்போதுதான் ஷா கைப்பற்றி இருந்தார். பாக்தாத்தின் கலீபாவான நசீருடன் ஒரு பிரச்சினையில் மூழ்கியிருந்தார். கலீபாவிற்கு இஸ்லாமின் தலைவராகக் கொடுக்கப்படும் மரியாதையைக் கொடுக்க ஷா மறுத்தார்.

பொதுவாக கொடுக்கப்படும் லஞ்சம் அல்லது பாசாங்குகள் எதுவும் இன்றி தன்னுடைய பேரரசின் ஷாவாகத் தன்னை அங்கீகரிக்க கலீபாவிடம் கேட்டார்.

இதன் காரணமாக ஷாவின் தெற்கு எல்லையில் பிரச்சனைகள் ஏற்பட்டது. இந்த நேரத்தில்தான் வேகமாக விரிவடைந்து கொண்டிருந்த மங்கோலியப் பேரரசு தொடர்பு கொண்டது.

செங்கிஸ்கானின் வணிக ஒப்பந்தத்திற்கான விருப்பம் ஷாவுக்கு பெரிய சந்தேகத்தை ஏற்படுத்தியது. சீனாவின் ஜோங்டுவில் இருந்து வந்திருந்த ஷாவின் தூதன் ஜின் அரச மரபனுடனான போரின்போது அந்நகரத்தைத் தாக்கிய மங்கோலியர்களின் காட்டுமிராண்டித் தனத்தை பெரிதுப்படுத்தி விளக்கினான்.

ஆர்வத்தை ஏற்படுத்தக் கூடிய இன்னொரு விஷயமானது மங்கோலியர்கள் குவாரசமியாவைத் தாக்குவதற்கு சில வருடங்களுக்கு முன்பு பாக்தாத்தின் கலீல் மங்கோலியர்களுக்கும் ஷாவுக்கும் இடையில் போரை ஏற்படுத்த முயற்சித்தார் என்பதாகும்.

கலீபா செங்கிஸ்கானுடன் ஒரு கூட்டணியை ஏற்படுத்த முயற்சித் தார். ஏனெனில், நசீருக்கும் ஷாவுக்கும் இடையில் பிரச்சனை இருந்தது.

ஏனெனில், நசீருக்கும் ஷாவுக்கும் இடையில் பிரச்சனை இருந்தது. பட்டத்தின் மூலமோ அல்லது சாதாரணமாகவோ தன்னை ஒப்பற்றவன் என்று கூறிக்கொண்டே எந்த ஆட்சியாளருடனும் கூட்டு வைக்க கான் விரும்பவில்லை.

பிற்காலத்தில் கலீபகமும் அழிந்துபோனது. அதற்கு காரணம் செங்கிஸ்கானின் பேரன் ஹுலாகு. ஷா தன்னை குவாரசமியாவின் சுல்தான் என்று அறிவிக்க கலீபாவிடம் கேட்டார். ஆனால், நசீருக்கு அந்த எண்ணமே இல்லை.

ஏனெனில், நசீரைத் தலைவனாக ஏற்றுக்கொள்ள ஷா மறுத்தார். எது எப்படி இருப்பினும் ஒன்றை மட்டும் நாம் உறுதியாகக் கூற முடியும். அது செங்கிஸ்கான் போரைப் பற்றிய பேச்சையே ஒதுக்கினார் என்பது.

ஏனெனில், அந்நேரததில் அவர் ஜின் அரச மரபுடன் போரிட்டுக் கொண்டிருந்தார். வணிகத்தின் மூலம் ஏராளமான செல்வத்தைப் பெற

முடியும் என்று நினைத்தார். பின்னர் செங்கிஸ்கான் முஸ்லீம்கள் 500 பேர் அடங்கிய ஒரு ஒட்டகத் தொடர் வண்டியை குவாரசமியாவுக்கு வணிகத் தொடர்பு ஏற்படுத்த அனுப்பினார்.

ஆனால், குவாரசமிய நகரான ஒற்றரின் ஆளுநர் இன்சுல்க் அந்த வணிக வண்டியின் உறுப்பினர்களை கைது செய்தார். அந்த வணிக வண்டியானது குவாரசமியாவுக்கு எதிரான ஒரு சதித்திட்டம் என்றார்.

கி.பி. 1204-ல் செங்கிஸ்கான் நைமர்களைத் தோற்கடித்த பிறகு நைமர்களின் இளவரசன் குச்லுக் தன் நாட்டிலிருந்து ஓடிகாரா கிதையில் அகதியாகத் தஞ்சமடைந்தான்.

குர்கான் எலு ஜிலுகு குச்லுக்கை தனது பேரரசுக்கு வரவேற்றார். குச்லுக் அங்கு ஒரு ஆலோசகராகவும் ராணுவத் தளபதியாகவும் பணியாற்றினான்.

பின்னர் ஜிலுகுவின் ஒரு மகளை மணமுடித்தான். ஜிலுகு அண்டை நாடான குவாரசமிய அரச மரபுடன் சண்டையிடும்போது குச்லுக் ஜிலுகுக்கு எதிராகக் கலகம் செய்தான்.

குச்லுக்குக்கு அதிகாரம் வந்த பிறகு ஜிலுகுவைப் பெயரளவில் மட்டும் காராகிதையை ஆள அனுமதித்தான்.

கர்கான் 1213-ல் இறந்தபொழுது குச்லுக் கானேட்டின் முழு அதிகாரத்தையும் கையில் எடுத்துக் கொண்டான்.

குச்லுக் உண்மையிலேயே கிறித்தவ மதத்தைச் சார்ந்தவன். காரா கிதைக்குப் பிறகு புத்த மதத்திற்கு மாறினான். பெரும்பான்மை இன மக்களான முஸ்லிம்களை துன்புறுத்தினான்.

அவர்களை புத்த மதம் அல்லது கிறித்துவ மதத்திற்கு மாறுமாறு வற்புறுத்தினான். இதன் காரணமாக பெரும்பாலான மக்களிடமிருந்து ஒதுக்கப்பட்டான். கர்லுக்குகளின் நகரமான அல்மலிக்கை குச்லுக் முற்றுகையிட்டான்.

கர்லுக்குள் மங்கோலியப் பேரரசுக்கு கப்பம் கட்டிக் கொண்டிருந்தனர். எனவே, செங்கிஸ்கான் உதவி கேட்டனர்.

குவாரசமியாவின் இரண்டாம் முகமதுவை குச்லுக்குக்கு உதவ வேண்டாம் என்று கூறிய செங்கிஸ்கான் தனது தளபதி தலைமையில்

இரண்டு தியுமன் (20000 வீரர்கள்) வீரர்களை காராகிதை பிரச்சனையைச் சரி செய்ய அனுப்பினார்.

அதே நேரத்தில் மெர்கிடுகளுடன் போரிட சுபுதையை 20000 வீரர்களுடன் அனுப்பினார். இரண்டு ராணுவங்களும் ஒன்றாக அல்தாய் மலைகள் மற்றும் தர்பகடை மலைகளைக் கடந்து அல்மலிக்வரை சென்றன.

அங்கிருந்து பிரிந்த சுபுதை தென்மேற்கு திசையை நோக்கிச் சென்றார். மெர்கிடுகளை அழித்த அவர் அதேநேரத்தில் குவாரசமியாவிலிருந்து ஏதேனும் திடீர்த் தாக்குதல் செபேக்கு எதிராக நடத்தப்படாமல் பார்த்துக் கொண்டார்.

அல்மலிக்கை கடந்த செபே பல்காசு ஏரிக்கு தெற்கு நோக்கி சென்றார். காராகிதை நிலப்பகுதிக்குச் சென்றார். பலசகுனின் தலைநகரத்தை முற்றுகையிட்டார். அங்கு செபே 30000 வீரர்களைக் கொண்ட ராணுவத்தைத் தோற்கடித்தார். குஷ்லுக் கஷ்கருக்குத் தப்பியோடினான். குச்லுக்கின் அமைதியின்மையை பயன்படுத்திக் கொண்டான்.

செபேயின் இராணுவம் 1217-ல் கஷ்கருக்கு வந்தபோது மக்கள் புரட்சியில் ஈடுபட்டனர். இதன் காரணமாக குச்லுக் தப்பியோட வேண்டியிருந்தது. மங்கோலியர்கள் குச்லுக்கை சிரச்சேதம் செய்தனர்.

காராகிதையை வென்ற பிறகு மங்கோலியர்களின் எல்லையானது குவாரசமியப் பேரரசுவரை விரிவடைந்திருந்தது.

✷

21

செங்கிஸ்கான் கல்லறை மர்மங்கள்

வரலாற்றுப் புகழ் பெற்ற வெனிஸ் யாத்ரிகரான மார்க்கோபோலோ "கடைசிப் போரின்போது செங்கிஸ்கான் உடலில் துளைத்த அம்பு ஒன்றினால் ஏற்பட்ட காயம் ஆறவே இல்லை. அதில் நோய்த்தொற்று ஏற்பட்டு இறந்தார்" என எழுதியுள்ளார்.

வரலாற்றில் சாகாவரம் பெற்ற மர்மங்களில் ஒன்றாக செங்கிஸ்கான் கல்லறை இருக்குமிடம் கூறப்படுகிறது. கல்லறை குறித்த தேடல் என்பது வெறு மனே அவரது வரலாற்றை அறியும் தேடல் மட்டும் இல்லை.

செங்கிஸ்கான் தன் வாழ்நாள் முழுவதும் நடத்திய போர்களில் கைப் பற்றிய அத்தனை பொக்கிஷங்களும்

இந்தக் கல்லறையில்தான் பாதுகாப்பாக இருப்பதாகக் கூறுகிறார்கள். அதன் இன்றைய மதிப்பை வைத்து பல தேசங்களையே விலைக்கு வாங்கலாம். அதனை அடையவே இந்தத் தேடுதல் வேட்டை.

அமெரிக்கத் தங்க வியாபாரியான மௌரி கிராவிட்ஸ் 40 ஆண்டுகளாக செங்கிஸ்கானின் கல்லறையைத் தேடும் முயற்சியில் இருந்தவர்.

ஒவ்வொரு நாட்டையும் வென்ற பிறகு அங்கிருந்து பெரிய மாட்டு வண்டிகளில் தங்கமும் விலை உயர்ந்த கல் நகைகளுமாக சூறையாடி வருவது செங்கிஸ்கானின் வழக்கம்.

பல நாடுகளிலிருந்து வண்டி வண்டியாக வந்த எந்தப் பொக்கிஷமும் இப்போது மங்கோலியாவில் இல்லை. அப்படியானால் அவையனைத்தும் அவரது கல்லறையில்தான் புதைக்கப்பட்டு பாதுகாப்பாக உள்ளன என்கிறார் கிராவிட்ஸ்.

இந்தப் பொக்கிஷங்களுக்காக புதையல் வேட்டைக்காரர்கள் ஒருபுறம் தேட, தொல்பொருள் ஆராய்ச்சியாளர்கள் இன்னொருபுறம் தேடினர்.

நீண்ட மணல் பரப்புகளும் நிறைய மலைகளுமாக இருக்கும் மங்கோலியாவில் இந்தக் கல்லறையைத் தேடுவது என்பது கிட்டத்தட்ட வைக்கோல் போரில் குண்டூசியைத் தேடுவதைப் போன்றது. அமெரிக்கரான மௌரி கிராவிட்ஸ் தேடியபோது ஒக்லோக்சின் கெரெம் என்னும் இடத்தில் அவருக்கு விநோதமான அனுபவங்கள் ஏற்பட்டன.

தேடுதல் குழுவில் இருந்தவர்கள் சிலர் திடீரென பாம்பு கடித்து செத்துப் போனார்கள். மலைப்பாதைகளில் சில வாகனங்கள் தானாகவே கீழே விழுந்து விபத்துக்குள்ளாகின.

மங்கோலிய எதிர்க்கட்சிகள் இந்தக் குழுவின் தேடலுக்குக் கடுமை யான எதிர்ப்பு தெரிவித்ததால் இவர்களை வெளியேறச் சொல்லிவிட்டது அரசு.

செங்கிஸ்கானின் கல்லறையை இரண்டு மைல் நீளமுள்ள ஒரு சுவர் பாதுகாக்கிறது. இந்தச் சுவர் கற்களில் கட்டப்படவில்லை. முழுக்க முழுக்க பாம்புகள் பிணைந்திருக்கும் சுவர் இது. நெருங்கும் யாரையும் இந்தப் பாம்புகள் உயிரோடு விட்டு வைக்காது என அப்போது ஒரு பயங்கரக் கதை பரவியது.

இப்போது அமெரிக்காவின் கலிஃபோர்னியாவைச் சேர்ந்த ஆராய்ச்சியாளர் ஆல்பர்ட் லின்யு-மின் என்பவர் செயற்கை கோள் படங்கள் தரையைத் துளைத்துப் பார்க்கும் ரேடார் பதிவுகள் ஆகியவற்றின் மூலம் இந்தக் கல்லறையைத் தேடும் முயற்சியில் இறங்கியுள்ளார்.

மங்கோலியர்கள் மரணம் குறித்துப் பேசுவதைப் பாவச் செயலாகவே கருதுகிறார்கள். இறந்தவர்களைப் புதைத்த இடத்தைத் தொந்தரவு செய்யக்கூடாது என்பது அவர்களின் நம்பிக்கை.

அதிலும் செங்கிஸ்கான் குறித்து அவர்களுக்குப் பெருமிதம் உள்ளது. தங்கள் இனத்தின் வீரத்தை உலகத்துக்கு உணர்த்திய தலைவராக அவரைப் பார்க்கிறார்கள்.

ஒவ்வொரு வீட்டிலும் செங்கிஸ்கானின் ஓவியத்தை வைத்து வழிபடுகிறார்கள். சாக்லேட் முதல் ரூபாய் நாணயம் வரை எல்லா வற்றிலும் செங்கிஸ்கானின் உருவம் இருக்கும்.

மங்கோலிய மக்கள் அனைவருமே தங்களை செங்கிஸ்கானின் குழந்தைகளாக நினைக்கிறார்கள்.

செங்கிஸ்கானின் கல்லறையை யாராவது கண்டுபிடித்துத் திறந்து விட்டால் அதுவே இந்த உலகத்தின் கடைசி நாள் என நம்புகிறார்கள்.

கடந்த 1941ஆம் ஆண்டு மங்கோலிய அரசர் பாமர்லோன் என்பவரின் கல்லறையை சோவியத் ரஷ்யாவின் தொல்பொருள் ஆய்வாளர்கள் திறந்தபோது இரண்டாம் உலகப் போர் மூண்டது. இதனையே அவர்கள் முன்னுதாரணமாகக் கூறுகிறார்கள்.

செங்கிஸ்கான் மேற்கு ஆசியாவின் தலைநகரான இன்சுவானின் வீழ்ச்சியின்போது ஆகஸ்டு 1227ல் இறந்தார். இவரது மரணத்தின் காரணம் மர்மமாகவே இருந்துள்ளது.

மேற்கத்திய சியாவுக்கு எதிரான நடவடிக்கைகளில் அவர் கொல்லப் பட்டதாகவும் நோய், குதிரையிலிருந்து விழுந்தது, வேட்டையாடுதலின் போது காயம், போரிடும்போது காயம் என பல்வேறு காரணங்கள் கூறப்படுகிறது.

மார்க்கோபோலோ, செங்கிஸ்கான் தனது இறுதிக்காலத்தில் இராணுவ நடவடிக்கையின்போது அம்பு தாக்கி ஏற்பட்ட தொற்று காரணமாக இறந்தார் என்று எழுதியுள்ளார்.

மரணத்திற்கு சில வருடங்களுக்கு முன்பு செங்கிஸ்கான் தனது இனத்தின் பழக்க வழக்கங்களின்படி அடையாளம் இல்லாமல் தன்னைப் புதைக்குமாறு கேட்டுக் கொண்டார்.

தற்போதுள்ள கல்லறையானது அவரது இறப்பிற்கு பல வருடங்கள் கழித்து கட்டப்பட்ட நினைவிடமாகும்.

கி.பி. 1939ஆம் ஆண்டில் சீன தேசியவாத இராணுவ வீரர்கள் இக்கல்லறையை ஜப்பானிய படைகளிடமிருந்து பாதுகாக்க ஆண்டவனின் உறைவிடம் எனும் இடத்தில் இருந்து நகர்த்தி 900 கி.மீ. தொலைவில் கம்யூனிஸ்ட் கட்டுப்பாட்டில் இருந்த யானான் பகுதி வழியாக எடுத்துச் செல்லப்பட்டு தோங்சன் தஃபோ தியானில் உள்ள புத்த மடாலயத்தின் பத்து ஆண்டுகள் பாதுகாக்கப்பட்டது.

கி.பி. 1954ஆம் ஆண்டின் முற்பகுதியில் செங்கிஸ்கானின் சவப்பெட்டி மற்றும் பீடங்கள் மங்கோலியாவில் உள்ள ஆண்டவரின் உறைவிடத் திற்குத் திரும்பின.

கி.பி. 1956-ஆம் ஆண்டில் அவற்றைப் பாதுகாக்க ஒரு புதிய கோயில் அமைக்கப்பட்டது. கி.பி. 1968-ல் சீனப் பண்பாட்டுப் புரட்சியின்போது சிவப்புக் காவலர்கள் கிட்டத்தட்ட மதிப்புமிக்க எல்லாவற்றையும் அழித்தனர்.

கி.பி. 1970களில் பீடங்கள் புதிதாக உருவாக்கப்பட்டன. கி.பி. 1989ஆம் ஆண்டில் செங்கிஸ்கானின் ஒரு பெரிய பளிங்கு சிலை கட்டி முடிக்கப் பட்டது.

அக்டோபர் 6, 2004 அன்று ஜப்பானிய மங்கோலியக் கூட்டு தொல்லியல் ஆய்வானது கிராமப்புற மங்கோலியாவில் செங்கிஸ்கானின் அரண்மனையாக நம்பப்படும் ஒரு அரண்மனையை வெளிப்படுத்தியது.

இது உண்மையில் ஆட்சியாளரின் நீண்ட காலமாக இழந்த கல்லறையைக் கண்டறிவதற்கான வாய்ப்பை எழுப்புகிறது.

நாட்டுப்புறக் கதையின்படி ஒரு நதி திசை திருப்பப்பட்டு அவரது கல்லறையைக் கண்டுபிடிக்க முடியாதபடி அழித்ததாகக் கூறப்படுகிறது.

செங்கிஸ்கான் பயன்படுத்தியதாகக் கூறப்படும் பொருட்களை இன்றும் தர்கத் இன மக்கள் பாதுகாத்து வருகின்றனர். அவர்கள் 800 வருடங்களாக 36 தலைமுறைகளாக இப்பணியைச் செய்து வருகின்றனர்.

செங்கிஸ்கான் பிறந்த இடம் புர்கா கால்டுன் மலைப்பகுதி. இங்கு ஓனோன் நதி ஓடுகிறது. இங்கு ஓரிடத்திற்கு இக்கோ ரிக் என்று பெயர்.

மங்கோலி மொழி வார்த்தையான இதற்கு பேசக்கூடாத பெரிய இடம் என்று அர்த்தம். இங்குதான் நதிக்கு அடியில் கல்லறை உள்ளது. இதைப் பற்றி யாரும் பேசக்கூடாது என்பதால்தான் இந்த இடத்துக்கு இந்தப் பெயர் வந்தது என்று சிலர் கூறுகிறார்கள்.

ஜப்பானிய தொல்பொருள் நிபுணர்களும் மங்கோலிய தொல்பொருள் துறையும் இணைந்து இங்கு அகழ்வாராய்ச்சி நடத்தி 2004ஆம் ஆண்டு செங்கிஸ்கானின் அரண்மனையைக் கண்டறிந்தார்கள்.

அரண்மனை இங்கு இருக்கிறது என்றால் பக்கத்தில்தான் கல்லறை இருக்கும் என்று தேடினார்கள். ஆனால், மங்கோலியாவில் நிகழ்ந்த ஆட்சி மாற்றத்திற்குப் பிறகு இந்த முயற்சி நிறுத்தப்பட்டது. இங்கு ரகசிய தேடலில் ஒரு பெரிய கும்பலே இறங்கியுள்ளது.

செங்கிஸ்கானின் கல்லறையைத் தேடினாலும், அதனைத் தொந்தரவு செய்யாமல் பாதுகாக்க வேண்டும் என்பதே மங்கோலியரின் கோரிக்கை யாக உள்ளது.

செங்கிஸ்கானின் போர் முறைகள் போலவே, மரணமும் மர்மங்களின் கலவை. அவர் எப்படி இறந்தார் என்பதிலிருந்து மர்மம் தொடங்குகிறது.

1227-ஆம் ஆண்டு ஆகஸ்டு 18-ஆம் தேதி செங்கிஸ்கான் இறந்தார். முதுமையின் தள்ளாட்டத்தில் 72 வயதில் இறந்தார் என்றும் கூறப்படு கிறது.

எந்த வயதில் இறந்தார் என்பதுபோலவே எப்படி இறந்தார் என்பதும் மர்மம். சீனாவின் மேற்கு ஜியா பேரரசரோடு போர் புரிந்து வெற்றி பெற்ற போது, போரில் ஏற்பட்ட காயத்தால், யின்சுவான் என்ற இடத்தில் தன் குதிரையிலிருந்து விழுந்து இறந்தார் என்று ஒரு செய்தி.

மங்கோலியர்களின் ரகசிய வரலாறு எனும் பழமையான நூலில் வேட்டைக்குச் சென்றபோது ஏற்பட்ட காயத்தினால் அவர் இறந்தார் என்கிறது.

செங்கிஸ்கான் எண்ணூறு ஆண்டுகளுக்கு முன்பு உச்சரித்த மாத்திரத்தில் இப்புவி, மண்டலமெங்கும் மின்னதிர்வுகளை ஏற்படுத்திய பெயர்.

செங்கிஸ்கான் படையெடுத்து வருகிறார் என்ற ஒற்றை வரித் தகவலே பல நாடுகளை வீழ்த்தியிருக்கிறது. பல மன்னர்களை மணி முடி துறக்கச் செய்தது. அவர் உருவாக்கிய மங்கோலியப் பேரரசு அளவுக்கு இந்தப் புவியின் பெருநிலப்பரப்பை வேறு எந்த இனமும் ஆண்டது இல்லை.

ஆசியாவில் தொடங்கி ஐரோப்பா கண்டம்வரை படையெடுத்துச் சென்று பல தேசங்களை சூறையாடியவர்.

ஆசியாவின் மையத்திலிருக்கும் மங்கோலியாவில் ஒரு நாடோடி இனக்குழுவின் தலைவனின் மகனாகப் பிறந்து, மற்ற பழங்குடி இனங்களையும் இணைத்து ஒரு வலிமையான படையாக உருவாக்கி வெற்றிகளையும் தோல்விகளையும் சமமாக சந்தித்து வளர்ந்தவர். ஒரு கட்டத்தில் நிகரற்ற பேரரசனாக எழுந்து நின்றவர்.

நகரும் கூடாரத்தில் அமர்ந்து செங்கிஸ்கான் நடுநாயகமாக வர வெடி மருந்துகளை வீசி எதிரிக் கோட்டைகளை நிலைகுலையச் செய்து வீழ்த்தும் குதிரைப் படையினர் அவரைச் சூழ்ந்திருப்பார்கள்.

இப்படியான செங்கிஸ்கானின் நகர்வுகள், உலக வரைபடத்தில் கோலோச்சிய அரசர்களின் சிம்மாசனங்களை நடுநடுங்கச் செய்திருப்பது வரலாற்று உண்மை.

உயிரோடு இருந்தபோது பல அரசர்களின் சிம்ம சொப்பனமாக இருந்த செங்கிஸ்கான் இறந்த பிறகு தன் கல்லறை யார் கண்ணிலும் படக்கூடாது என்பதில் தெளிவாக இருந்தார்.

இதற்காக தன் மகன்களிடமும் நெருக்கமான தளபதிகளிடமும் சத்தியம் வாங்கியிருந்தார். "என் கல்லறையில் ஆறு பூனைகளை உயிரோடு புதையுங்கள். அவற்றின் குரல்கள் மரணத்திற்குப் பிறகான பயணத்தில் என்னை வழிநடத்தட்டும்" என்று கேட்டிருந்தார்.

பூனைகளை மட்டுமல்ல செங்கிஸ்கான் வென்ற பொக்கிஷங்கள் பலவற்றையும் கல்லறையில் புதைக்க முடிவெடுத்தார்கள். அத்துடன் அந்தக் கல்லறையைப் பரம ரகசியமாக வைத்திருக்கவும் முடிவு செய்தார்கள்.

ஒரு படுபயங்கரமான பயணம் தொடங்கப்பட்டது. செங்கிஸ்கானின் சடலத்தை ஒரு வண்டியில் ஏற்றிக் கொண்டு ஆயிரம் வீரர்களும் ஏராள மான அடிமைகளும் கிளம்பினார்கள்.

பேரரசரின் சடலத்தைப் புதைப்பதற்காக எடுத்துச் செல்கிறார்கள் என்று வேடிக்கை பார்க்க வந்தவர்களுக்கு தங்களின் விதி எப்படி முடியப் போகிறது என்பது தெரிந்திருக்க வாய்ப்பில்லை.

இந்த வழியாகத்தான் செங்கிஸ்கானின் சடலத்தை எடுத்துச் சென்றார்கள் என்று சொல்வதற்குக்கூட ஆள் இருக்கக்கூடாது என முடி வெடுத்து இருந்ததால் அவர்கள் அத்தனைப் பேரும் கொல்லப்பட்டனர்.

தற்செயலாக அந்தப் பாதையில் எதிர்ப்பட்டவர்களின் கதியும் இதுதான்.

மங்கோலியாவில் மக்கள் நெருக்கம் மிகக்குறைவு. ஒரு ஊரைத் தாண்டினால் அடுத்த கிராமம் மிக நீண்ட பயணத்துக்குப் பிறகே வரும்.

அதனால் சில நூறு பேரை மட்டுமே கொன்றுவிட்டு செங்கிஸ்கானின் சடலப் பயணம் தனது இலக்கை அடைந்தது.

கல்லறைக்கான பள்ளத்தை அடிமைகள் தோண்டி முடித்தனர். அத்தனை அடிமைகளும் கொல்லப்பட்டார்கள்.

பூமிக்கு அடியில் அமைக்கப்பட்ட அந்தக் கல்லறையை ரகசியமாக்கி விட்டு அதன் பின்னர் ஆயிரம் வீரர்களும் தற்கொலை செய்து கொண்டனர் என மங்கோலிய வரலாறு கூறுகிறது.

மேலும், புதிதாக மண்ணைத் தோண்டிய தடயம் தெரியக்கூடாது என்பதற்காக அந்த இடத்தில் ஆயிரம் குதிரைகளை ஓடவிட்டு எல்லா இடங்களையும் ஒரே மாதிரி சமப்படுத்திக் குழப்பினார்கள்.

ஓடிக்கொண்டிருந்த ஒரு நதியை சில மணி நேரங்கள் வேறு திசையில் திருப்பி விட்டு அந்த நதியின் பழைய பாதையில் கல்லறையை அமைத்து

முடித்து நதியை பழையபடி தன் பாதையில் ஓடவிட்டார்கள் என்ற பயங்கரமான தகவலும் உண்டு.

இரண்டாயிரம் ஆண்டுகளுக்கு முன்னர் மங்கோலியாவின் ஜியாங்கு மன்னர்களுக்கு அமைக்கப்பட்ட கல்லறைகள் விநோதமானவை.

தரைக்கு அடியில் இருபது மீட்டர் ஆழத்தில் ஒரு குட்டி அரண்மனை போல இதை அமைப்பார்கள். நடுநாயமாக மன்னரின் உடல் வைக்கப் படும் அவர் அணிந்திருந்த நகைகள் பயன்படுத்திய பொருள்கள், பயணித்த தேர் எனச் சகலமும் அந்தக் கல்லறையில் வைக்கப்படும். அதன் பிறகு அதனை மூடிவிட்டு அந்தக் கல்லறை அமைந்த இடத்தில் தரைக்கு மேலே சதுரக்கற்களை வரிசையாக நட்டு வைப்பார்கள். இது அடையாளத்துக்காக.

செங்கிஸ்கான் கல்லறையில் இந்த நடைமுறைகளை எல்லாம் செய்துவிட்டு தரைக்கு வெளியே சதுரக்கற்களை மட்டும் வைக்கவில்லை.

அதனால்தான் 2000 ஆண்டுகளுக்கு முற்பட்ட ஜியாங்கு மன்னர்களின் கல்லறைகள் எல்லாம் கிடைத்துள்ளன. செங்கிஸ்கான் கல்லறை கிடைக்கவில்லை.

செங்கிஸ்கானின் கல்லறை கென்டி மலைப்பகுதியில் இருப்பதாக மங்கோலியாவில் உலவும் செவிவழிச் செய்திகள் சொல்கின்றன.

இளம் வயதில் போரில் தோற்று தலைமுறைவாக இருந்தபோது செங்கிஸ்கான் இங்குதான் இருந்திருக்கிறார். என் இறுதிக் காலத்தில் இங்குதான் வருவேன் என்ற சொல்லியிருந்தாராம்.

✶

22

யுவான் அரச மரபின் எழுச்சியும் வீழ்ச்சியும்

குப்லாய்கான் மங்கோலியப் பேரரசின் ஐந்தாவது பெருமைக்குரிய கான் ஆவார். இவர் மங்கோலியப் பேரரசின் பிரிவாகிய யுவான் அரச மரபைத் தோற்றுவித்து 1260 முதல் 1294 வரை ஆண்டார்.

குப்லாய்கான் செங்கிஸ்கானின் பேரன் ஆவார். குப்லாய் கானின் தந்தை டொல்சி செங்கிஸ்கானின் நான்கு மகன்களில் இளையவர் ஆவார்.

இவரின் மூத்த சகோதரர் மாங்கி கானுக்கு அடுத்து குப்லாய் புதிய கானாக 1260ல் பதவிக்கு வந்தார். மாங்கி கானுக்குப் பின் இவரின் இளைய சகோதரர் ஆரிக்புகாவுக்கும் இவருக்கும் பதவிச் சண்டை 1264ஆம் ஆண்டு ஆரிக்

புகா தோற்கும்வரை நீடித்தது.

இச்சண்டை மங்கோலியப் பேரரசில் ஒற்றுமையின்மையை காட்டும் தொடக்கமாகவே கருதப்பட்டது. குப்லாய்கானுக்கு சீனா, மங்கோலியா ஆகிய பகுதிகளில் உண்மையான அதிகாரம் இருந்தது. ஆனால், மங்கோலியப் பேரரசின் மற்ற இடங்களில் அதிகாரம் முழுமையாக இல்லை.

1271ல் குப்லாய்கான் யுவான் அரச மரபைத் தோற்றுவித்தார். 1279ல் யுவான் படைகள் சாங் அரச மரபான இறுதி எதிர்ப்பை முறியடித்தனர். சீனா முழுவதையும் வென்று சீனப் பேரரசர் என அழைக்கப்பட்ட இவரே சீனா முழுவதையும் ஆண்ட முதல் சீன இனத்தைச் சாராதவர் ஆவார்.

1260க்குப் பின் புதிய நிலப்பரப்புகளைக் கைப்பற்றிய மங்கோலிய கானும் இவர் மட்டுமே ஆவார்.

1236ல் மங்கோலியாவின் போருக்குப் பிறகு ஒகெடெய் பெய் மாகாணத்தை டொல்சி குடும்பத்தாருக்கு செங்கிஸ்கான் அளித்தார்.

டொல்சியின் மறைவுக்குப் பின் குப்லாய்கான் அதன் ஒரு பகுதியைப் பெற்றார். குப்லாய்கானுக்கு அனுபவம் போதாததால் அவரது அதிகாரிகள் தங்கள் விருப்பப்படியே நடந்தனர். அதிகாரிகளிடையே ஊழல் மிகுந்திருந்தது.

அவர்கள் அதிக வரி விதித்ததால் நிறைய மக்கள் வெளியேறியதால் வரி வருமானம் குறைந்தது. குப்லாயின் தாய் சொர்காடக்னி நிர்வாகத்தில் இவருக்கு உதவ புதிய அதிகாரிகளை அனுப்பினார்.

குப்லாய் மேற்கொண்ட வரி சீரமைப்பினால் வெளியேறிய மக்களில் பலர் திரும்பினர்.

குப்லாய்கானின் தொடக்கக் கால வாழ்வில் அவர் சீனப் பண்பாட்டைப் பற்றியும் சீனர் வாழ்க்கை முறை பற்றியும் அறிய அதிக ஆர்வம் கொண்டது அவர் வாழ்வில் பின்னர் மிகுந்த செல்வாக்கு செலுத்தக் கூடியதாக இருந்தது.

வடசீனாவில் இருந்த பௌத்த மதத் தலைவர் ஆயுன் என்பவரை 1242ல் குப்லாய்கான் கார கோரத்துக்கு அழைத்து பௌத்த மெய்யியல் குறித்து கேட்டறிந்தார்.

ஆயுன் 1243-ல் குப்லாய் கான் மகனுக்கு சென்சின் என்ற பெயர் வைத்தார். ஆயுன் முன்னர் தாவோயிசத்தைப் பின்பற்றிய தற்போது பௌத்தத்தைப் பின்பற்றும் லியு மின் சோங் என்பவரை குப்லாய் கானுக்கு அறிமுகம் செய்தார்.

குப்லாய்கானின் சகோதரர் மாங்கி மங்கோலியப் பேரரசின் பெருமைக்குரிய கானாக ஆனதும் குப்லாய்கானும் வடசீனாவுக்கு மாங்கியால் அனுப்பப்பட்டார்கள். அங்கு அவர் நன்மதிப்பு பெற்றார். இந்த நன்மதிப்பு யுவான் அரச மரபு உருவாக்கத்தின்போது துணை புரிந்தது.

1253ல் குப்லாய்கான் யுனான் மாகாணத்தைத் தாக்குமாறு பணிக்கப் பட்டார். குப்லாய் கான் தூதர்கள் அரச குடும்பத்தால் கொல்லப் பட்டனர்.

மங்கோலியர்கள் மூன்று பிரிவாகப் பிரிந்து தாக்குதல் தொடுத்தனர். முதல் பிரிவு கிழக்குப் பகுதி வழியாக சிகன் வடி நிலம் நோக்கி நகர்ந்தார்கள். இரண்டாவது பிரிவு மலைப்பாங்கான சிசுனின் மேற்கு பகுதி வழியாகவும் மூன்றாவது பிரிவு வடபுறமிருந்த ஏரிப்பகுதி வழியாக வும் நகர்ந்தார்கள்.

குப்லாய் கான் தென்புறமாக சென்று முதல் பிரிவுடன் இணைந்து கொண்டார். குப்லாய்கான் தலைநகரைக் கைப்பற்றினாலும் தனது தூதர் களைக் கொன்றனர் என்று கோபம் கொள்ளாமல் அங்குள்ள மக்களுக்குப் பெரும் சிரமம் கொடுக்காமல் விட்டார்.

திபெத்திய துறவிகளின் குணப்படுத்தும் முறையால் ஈர்க்கப்பட்டு 1253-ல் சக்யா ஒழுங்கைச் சார்ந்த துறவி திரோகன் சோசியல் பாக்காவை தன் அறிஞர்கள் குழுவில் இணைத்துக் கொண்டார்.

பௌத்த தந்திர கோயிலான சாபுய்யில் குப்லாய் கானுக்கும் அவர் மனைவிக்கும் இவர் ஆசி வழங்கினார்.

குப்லாய்கானை பிடிக்காத அதிகாரிகள் சிலர் அவர் தன்னை வெல்ல முடியாதவராக எண்ணிக் கொண்டு மங்கோலியப் பேரரசு போல் புதிய பேரரசு அமைக்க முயல்வதாக மாங்கிகானிடம் தெரிவித்தனர்.

வரி வசூலைக் கவனிக்கும் இரு அதிகாரிகளை குப்லாய்கான் விசாரிக்க

மாங்கிகான் அனுப்பினார்.

குப்லாய்கான் உருவாக்கிய சமாதான ஆணையம் கலைக்கப்பட்டது.

குப்லாய்கான் இரு தூதர்களை அனுப்பி அவர்களுடன் தன் மனைவி களையும் அனுப்பி மாங்கி கானை சமாதானம் செய்தார்.

தாவோயிசத்தவர்கள் பௌத்த மடங்களைத் தாக்கி அங்கிருந்த செல்வங்களை சூறையாடினர். அதை நிறுத்தச் சொன்ன மாங்கி தாவோயிசத்தவர்களுக்கும் பௌத்தவர்களுக்கும் சமாதானத்தை நிறுவச் சொல்லி குப்லாய்கானுக்கு கட்டளையிட்டார்.

குப்லாய்கான் தாவோயிசத்தவர்களையும் பௌத்தவர்களையும் 1258ன் ஆரம்பத்தில் அழைத்து 237 தாவோயிசக் கோயில்களை பௌத்த கோயில்களாகக் கட்டாயப்படுத்தி மாற்றினார். மேலும், தாவோ யிசத்தின் நூல்களையும் அழித்தார்.

குப்லாய்கானும் யுவான் அரச மரபும் பௌத்தத்தை ஆதரித்த போதிலும் மங்கோலியர்களின் பேரரசின் பிரிவுகளான சாங்காய் கானகம், தங்கக் கூட்ட கானகம் கில்கானகம் போன்றவற்றின் கான்கள் பின்னர் இசுலாமிற்குப் பல்வேறு காலங்களில் மாறினார்கள்.

1258ல் மாங்கி கான் கிழக்குப் பகுதியுள்ள படைக்கு குப்லாய்கானை தளபதியாக நியமித்தார். தான் சிசுன் பகுதியைத் தாக்கும்போது தனக்கு உதவ வரும்படி பணித்திருந்தார்.

மாங்கிகான் போரில் காயப்பட்டதால் குப்லாய்கான் வீட்டில் தங்கியிருக்க அனுமதி கிடைத்தது. ஆனால், குப்லாய்கான் சகோதரன் மாங்கி கானுக்கு உதவ முடிவெடுத்து சிசுன் நோக்கிச் சென்றார்.

சிசுன் பகுதியை அடையும் முன் மாங்கி இறந்துவிட்ட தகவல் கிடைத்தபோதும் அதை இரகசியமாக வைத்திருந்து யாங்சி ஆற்றங்கரை ஓரமாக இருந்த பகுதிகளைக் கைப்பற்றினர்.

தனது இறப்பிற்கு முன்னர் குப்லாய்கான் தனது பட்டத்து இளவரசரின் முத்திரையை செஞ்சினின் மகனான தைமூரிடம் கொடுத்தார்.

தைமூர் மங்கோலியப் பேரரசின் அடுத்த கானாகவும், யுவான் அரச மரபின் இரண்டாவது ஆட்சியாளராகவும் பதவி ஏற்றார்.

குப்லாய் கான் 1294-ஆம் ஆண்டு பிப்ரவரி 18-ஆம் தேதி தனது 78வது வயதில் இறந்தார்.

கி.பி. 1260ல் குப்லாய்கான் ஆட்சியைக் கைப்பற்றிய நிகழ்வானது மங்கோலியப் பேரரசை ஒரு புதிய திசையில் உந்தியது. இவரது சர்ச்சைக்குரிய தேர்வானது மங்கோலியர்களிடையே ஒற்றுமை யின்மையை அதிகரித்தபோதும் சீனாவுடன் மங்கோலியப் பேரரசின் மற்ற பகுதிகளுக்கிடையே பெயரளவிலான தொடர்பை ஏற்படுத்துவதில் குப்லாய்கானுக்கு இருந்த விருப்பமானது சர்வதேச கவனத்தை மங்கோலியப் பேரரசின் மீது ஈர்த்தது. ஒரு ஒன்றிணைந்த ராணுவ ரீதியில் சக்திவாய்ந்த சீனாவை மறு உருவாக்கம் செய்வதில் குப்லாய்கான் மற்றும் அவரது முன்னோர்களின் படையெடுப்புகள் மிகவும் முக்கியத்துவம் வாய்ந்தவையாக அமைந்தன.

திபெத், மஞ்சூரியா மற்றும் மங்கோலிய புல்வெளி ஆகியவற்றை நவீன பெய்ஜிங்கை தலைநகராகக் கொண்டு ஆண்ட மங்கோலிய ஆட்சியானது பின்வந்த சிங் அரச மரபின் உள் ஆசிய பேரரசுக்கு முன்னோடியாக அமைந்தது.

✶

23

மங்கோலியப் பேரரசனின் மறுபக்கம்

படையெடுத்துச் சென்ற நாடுகளில் எல்லாம் ரத்த ஆற்றை ஓடவிட்டு எதிரிகளின் தலையைத் துண்டித்து மலையாகக் குவித்து உலகின் பெரும் பகுதியை மயான பூமியாக்கியவன் செங்கிஸ்கான்.

ஏறத்தாழ மூன்று கோடி சதுர கிலோ மீட்டர் பரப்பளவிற்கு பரந்து விரிந்திருந்தது மங்கோலியப் பேரரசு.

செங்கிஸ்கான் திருமணம் செய்து கொண்ட பெண்களின் எண்ணிக்கை கணக்கற்றது என்கிறது வரலாறு. அவரது மகன்களின் எண்ணிக்கை 200 என்றும் கூறப்படுகிறது.

அவரது மகன்கள் ஆட்சியையும் சாம்ராஜ்யத்தையும் மட்டும் விரிவாக்கவில்லை. பரம்பரையையும் வாரிசுகளின்

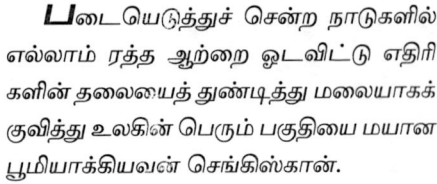

எண்ணிக்கைகளையும் விரிவுப்படுத்தினர்.

கிழக்கு மங்கோலியா எல்லைக்குட்பட்ட பகுதிகளில் வசிக்கும் மக்கிளடையே ஒருசில ஆண்டுகளுக்கு முன்னர் மேற்கொள்ளப்பட்ட மரபணு ஆராய்ச்சியில் ஏறத்தாழ எட்டு சதவிகித ஆண்களின் ஒய் குரோமோசோம்களில் மங்கோலிய ஆட்சியாளர்களின் குடும்பத்தின் தடயங்கள் உள்ளதாகத் தகவல் தெரிவிக்கப்பட்டது.

உலகின் ஜனத்தொகையில் 0.5% செங்கிஸ்கான் பரம்பரையினர் என்று ஆய்வுகள் கூறுகின்றன. முகலாயர், சுக்தாய் மற்றும் மிர்ஸா போன்ற குடும்பப் பெயர் கொண்ட மக்களும் தாங்கள் மங்கோலிய இனத்தைச் சேர்ந்தவர்களாக கூறுகின்றனர்.

தன்னுடைய பேரக்குழந்தைகளிடம் அதிக அன்பு செலுத்தினார். மாடு மேய்ப்பவர்கள் மற்றும் குதிரை மேய்ப்பவர்கள் என்ன உடை உடுத்தினரோ அதையேதான் தானும் உடுத்தினார். அவர்கள் என்ன உணவு உண்டனரோ அதையே தானும் தானும் உண்டார். மன்னன் என்பதால் வசதியான வாழ்க்கை வாழவில்லை. ஆடம்பரத்தை அறவே வெறுத்தார். எளிமையை விரும்பினார்.

பல செல்வந்த நாடுகளை வென்றபோது அவர் தனக்கென ஒரு வீடு கூட கட்டிக் கொண்டது கிடையாது. ஒரு கூடாரத்தில் பிறந்தார். கூடாரத்திலேயே இறந்தார்.

சாவோ ஹங் என்ற சாங் வம்சத்து தூதர் செங்கிஸ்கானைச் சந்தித்த போது அவர் பேரரசருக்கான எந்த சிகை அலங்காரமும் இன்றி ஒரு சாதாரண படை வீரனைப்போல உச்சந்தலையில் முடியின்றி தலையின் முன்பக்கம் மற்றும் இரு பக்கவாட்டிலும் தோள்களில் படும்படியான முடியுடன் இருந்ததைக் கண்டு ஆச்சர்யம் அடைந்தார்.

மங்கோலிய அரசவை ஒரு பெரிய கூடாரத்திற்குள் அமைந்திருந்தது. அந்த அவையில் அணிகலன் எதுவும் இன்றி இருந்த ஒரே நபர் செங்கிஸ்கான்தான். அவர் ஆடையாக உடுத்தியிருந்ததும் ஒரு பழைய ஆடைதான். இவ்விசயத்தில் அவர் மிகவும் பிடிவாதமாக இருந்தார்.

கரகோரம் என்ற தலைநகரை உருவாக்கியபோதும் அங்கு வாழும் எண்ணம் எதுவும் செங்கிஸ்கானுக்கு இல்லை.

“ஒருவேளை என் பிள்ளைகள் கல் வீடுகளிலும் சுவர் கொண்ட நகரங்களிலும் வாழலாம். நான் வாழ மாட்டேன்” என்றார்.

கடைசிவரை நாடோடியாகவே வாழ ஆசைப்பட்டார். அவரது உள்ளுணர்வின்படி அவர் மக்களுக்குத் தகுந்த வாழ்க்கையும் இதுவாகத் தான் இருந்தது.

தங்கள் தலைவனை செங்கிஸ்கானிடம் காட்டிக் கொடுத்தவர்கள் கொல்லப்பட்டனர். அதே நேரத்தில் தங்கள் தலைவனுக்கு விசுவாசமாக செங்கிஸ்கானை எதிர்த்துப் போரிட்டவர்கள் செங்கிஸ்கானால் நல்ல முறையில் நடத்தப்பட்டுள்ளனர்.

ஏழைகள் யாரேனும் ஆடையின்றி இருந்தால்தான் அணிந்திருக்கும் ஆடையை அவனிடம் கழட்டிக் கொடுத்து விடுவார் என்றும் கூறப்பட்டது. செங்கிஸ்கானுக்கத் தான் சவாரி செய்யும் குதிரையைக் கொடையாகக் கொடுக்கும் பண்பு இருந்தது.

ஒருமுறை அலகுஸ் டிகின் என்ற ஒங்குட் இனத் தலைவர் நைமர்களை எதிர்த்து செங்கிஸ்கானுடன் இணைந்தார். இதன் காரணமாக கொல்லப்பட்டார். செங்கிஸ்கான் அந்தக் குடும்பத்தை பழைய நிலைக்கு உயர்த்தினார். அவரின் மகனுக்கு பணி வழங்கினார். தன் சொந்த மகளை அவனுக்கு மணம் முடித்துக் கொடுத்தார்.

எலுலுகோ என்ற கிதான் இளவரசன் குவாரசாமியப் போரில் உயிரிழந்தார். அவரின் விதவை மனைவி செங்கிஸ்கானை அவரின் இறுதிப் பேரனான கன்சு படையெடுப்பின்போது சந்தித்தார். அவரை கருணை யுடன் வரவேற்ற செங்கிஸ்கான் அவரது இரு மகன்களையும் தந்தையைப் போல பாசத்துடன் நடத்தினார். இச்செயல்கள் அவரினுள் இருந்த ஒரு உன்னதமான மனதின் பண்பை நமக்குக் காட்டுகிறது.

செங்கிஸ்கானின் இரண்டாவது மகன் சகதை கான் கி.பி. 1226லிருந்து 1242 வரை கானேட்டின் கான் ஆக பதவி வகித்தார்.

தனது தந்தையின் மரணத்திற்குப் பிறகு ஐந்து மத்திய ஆசிய நாடுகளில் பெரும்பாலானவற்றை பெற்றார். செங்கிஸ்கான் உருவாக்கிய சட்டமான யசாவின் செயலாக்கத்தை மேற்பார்வை செய்ய இவர் செங்கிஸ்கானால் நியமிக்கப்பட்டார்.

இருப்பினும் அது செங்கிஸ்கான் மங்கோலியப் பேரரசின் முடிசூட்டப் பட்ட கானாக இருந்தரை மட்டுமே நீடித்தது.

இவரது பேரரசானது மங்கோலியப் பேரரசில் இருந்து பிரிக்கப்பட்டு சகதை கானேடாகப் பெயர் பெற்றது.

சூச்சியை பெரிய கானாக ஏற்றுக் கொள்ளாத காரணத்தால் இவர் ஒரு மூர்க்கனாக கருதப்பட்டார். எவ்வாறாயினும் சகதை, தனது தந்தையைப் போன்றே சுறுசுறுப்புடன் இருந்தார்.

1232-ல் புகாராவில் பிரிவு காணப்பட்டபோது இவர் உடனடியாக கண்டிப்புடன் நடந்து கொண்டு தனது நாட்டை ஆபத்திலிருந்து காப் பாற்றினார். எல்லா வகையிலும் அவர் ஒரு பழைய மங்கோலியனாகவே இருந்தார். யசா சட்டங்களைப் பின்பற்றினார்.

அதேநேரத்தில் அவரது பகுதிகளில் தோன்றிய புது மற்றும் வளர்ந்து வந்த மதமான இஸ்லாமிற்கு கரிசனம் காட்டினார். இவர் சமய சகிப்புத் தன்மையுடன் விளங்கினார். தன் மந்திரியாக ஒரு முஸ்லீமை நியமித்தார் என்ற பதிவுகள் உள்ளன.

இவரது மங்கோலிய பழங்குடி ஆண்கள் மற்றும் இவரது ஆட்சிக்கு உறுதுணையாக இருந்த இவரைப் பின்பற்றுபவர்கள் மங்கோலியப் புல்வெளி வாழ்க்கையை மிகவும் விரும்பினர்.

16 வருடங்கள் ஆட்சி செய்த பிறகு சகதை 1242-ல் இறந்தார். அதே வருடத்தில் ஒரு கோடியும் கர கோரத்தில் இறந்தார். மங்கோலியப் பேரரசின் நான்கு தலைமை பிரிவுகளில் இரண்டு பிரிவுகளுக்குத் தலைவர்கள் இல்லாமல் போனது. இதன் காரணமாக செங்கிஸ்கானின் வழித்தோன்றல்கள் தலைமைப் பதவிக்குப் போட்டி போட ஆரம்பித் தனர்.

ஒகோடியின் விதவை தோரேசின் கதுன் பிரதிநிதியாக நியமிக்கப் பட்டார். இதன் காரணமாக சிறிது காலத்திற்குப் பிரச்சனை இல்லாமல் இருந்தது.

மங்கோலியப் பேரரசின் அடுத்த கான் யார் என்ற கேள்வி பல நிகழ்வு களில் எழுந்து கொண்டே இருந்தது.

1221ல் பாமியான் முற்றுகையின்போது சகதையின் மகன் முத்துகன் கொல்லப்பட்டான். துருக்கிஸ்தான், திரான் சோக்சியானா மற்றும் அருகில் இருந்த பகுதிகள் இவரது வழித்தோன்றல்களால் நேரடியாகக் கட்டுப்படுத்தப்பட்டன.

சகதை காலத்திலிருந்து துக்லத்துகள் கிழக்கு துருக்கிஸ்தானின் பல்வேறு மாவட்டங்களுக்கு பரம்பரைத் தலைவராகவோ அல்லது அமிர்களாகவோ ஆக்கப்பட்டனர். இந்நிகழ்வுகளால் சகதையின் ஆட்சிப் பகுதிகள் பிற்காலத்தில் நிரந்தரமாக இரண்டாக ஆயின.

பாபர் தான் எழுதிய நூலான பாபர் நாமாவின் அத்தியாயம் 1, பக்கம் 19ல் தனது தாய்வழி தாத்தா யுனஸ் கானின் வம்சாவழியைப் பின்வருமாறு குறிப்பிட்டுள்ளார்.

“செங்கிஸ்கானின் இரண்டாவது மகனான சகதை கானின் வழித் தோன்றலாக யுனஸ்கான் தோன்றினார்.

யுனஸ்கான், அவரது தந்தை வைஸ்கான், அவரது தந்தை ஷெர்-அலி அவுக்லதன், அவரது தந்தை முஹம்மத்கான், அவரது தந்தை துக்லக்-திமுர் கான், அவரது தந்தை அயிசன் புகாகான், அவரது தந்தை டவாகான், அவரது தந்தை பரக்கான், அவரது தந்தை முத்துகான், அவரது தந்தை சகதைகான், அவரது தந்தை செங்கிஸ்கான்.

டொலுய்கான், செங்கிஸ்கானின் நான்காவது மகன் ஆவார். 1227ல் இவரது தந்தை இறந்தபோது டொலுய்கானின் மரபு வழி பிராந்திய மானது மங்கோலியத் தாயகத்தைக் கொண்டிருந்தது.

மேலும், ஒகோடி பெரிய கானாக பதவியேற்றும் வரை ஒரு நிர்வாகி யாக டொலுய்கான் பணியாற்றினார். டொலுய் அதற்க முன் சின், சியா மற்றும் குவாரசமிய யுத்தங்களில் சிறப்பாகப் பங்கெடுத்தார்.

மேலும், மெர்வ் மற்றும் நிசாபூர் நகரங்களைக் கைப்பற்றுவதில் முக்கியப் பங்கேற்றினார்.

இவரே மங்கோலியா மற்றும் இல்கான் பேரரசர்கள் பெரும்பாலா னோர்களின் நேரடி மூதாதையர் ஆவர்.

டொலுய்கான் பட்டத்தை தனக்காக என்றுமே பயன்படுத்திக் கொண்டதில்லை. செங்கிஸ்கானோ அல்லது அவரது பின் வந்த

மங்கோலியப் பேரரசின் மூன்று கான்களோ தெற்கிலிருந்து அண்டை நாட்டு சீன அரச மரபுகளைப்போல இராஜ பட்டங்களை என்றுமே பயன்படுத்திக் கொண்டதில்லை.

டொலுய்க்கு சுகான் என்ற பட்டம் இவரது மகன் மோங்கேயால் வழங்கப்பட்டது.

செங்கிஸ்கான் வளர்ச்சி அடைந்து கொண்டிருந்தபோது, போரில் ஈடுபட முடியாத அளவிற்கு டொலுய் மிகவும் இளையவராக இருந்தார்.

இவர் முதன் முதலில் 1213-ல் சின் அரச மரபிற்கு எதிரான யுத்தத்தில் களமிறங்கினார். டெக்சிங் கோட்டை மதில் சுவரில் தனது மைத்துனன் சிருவுடன் இணைந்து ஏறினார்.

1221-ல் செங்கிஸ்கான் இவரை ஈரானின் குராசான் பகுதிக்கு அனுப்பினார். அப்பகுதியில் இருந்த நகரங்கள் பலமுறை கிளர்ச்சியில் ஈடுபட்டன. நவம்பர் 1220-ல் நிசாபூரின் படைவீரர்கள் டொலுயின் மைத்துனன் தோகுசரைக் கொன்றனர்.

டொலுயின் ராணுவம் நிசாபூர் மக்களை சமவெளிப் பகுதிக்கு அழைத்துச் சென்றது. நிசாபூர் மற்றும் மெர்வ் நகர மக்களை மொத்தமாக படுகொலை செய்ய இவர் ஆணையிட்டார்.

தனக்குப் பிறகு அடுத்த கான் யாரென்று செங்கிஸ்கான் முடிவு செய்ய நினைத்தபோது தனது நான்கு மகன்களில் ஒருவரை தேர்வு செய்வதில் அவருக்குப் பிரச்சனை இருந்தது. டொலுய்க்கு சிறந்த ராணுவத் திறமைகள் இருந்தன. ஒரு தளபதியாகவும் அவர் பல வெற்றிகளைப் பெற்றிருந்தார்.

ஆனால், செங்கிஸ்கான் ஒகோடியைத் தேர்ந்தெடுத்தார். ஒகோடி அரசியல் ரீதியாக திறமைசாலியாக இருந்தார். ஒரு திறமையான தலைவனாக இருப்பதில் டொலுய் தேவையற்ற அளவுக்கு முன்னெச்சரிக்கையுடன் செயல்படுவார் என்று செங்கிஸ்கான் நினைத்தார்.

1227-ல் மேற்கு சியாவிற்கு எதிரான படையெடுப்பில் டொலுய் தனது தந்தையுடன் கலந்து கொண்டார்.

செங்கிஸ்கானின் இறப்புக்குப் பிறகு டொலுய் மங்கோலியப் பேரரசை இரண்டு வருடங்களுக்குப் பொதுவான மேற்பார்வையாளராகக் கவனித்துக் கொண்டார். மங்கோலிய உயர்குடியினர் இச்செயலை ஏற்றுக் கொண்டனர்.

டொலுய் ஒகோடியுடன் வடக்கு சீனாவில் படையெடுப்பை நடத்தினார். 1231-32ல் உத்தியியலாளர் மற்றும் கள தளபதியாக டொலுய் பணியாற்றினார்.

சின் தலைநகரான கைஃபேங்கை முற்றுகையிட இரண்டு ராணுவங்கள் அனுப்பப்பட்டன. சின் அரசின் பெரும்பாலான பாதுகாப்புகளைத் தகர்த்த பின்னர் அவர்கள் வடக்குப் பகுதிகளுக்குத் திரும்பினர்.

மங்கோலியர்களின் ரகசிய வரலாற்றுக் குறிப்புகளின்படி சீனாவில் நடந்த ஒரு படையெடுப்பின்போது ஒகோடியை ஒரு மிகக் கடினமான உடல்நலக் குறைவிலிருந்து குணப்படுத்த டொலுய் தன்னைத் தியாகம் செய்தார்.

மங்கோலியப் பேரரசின் விதியை அமைத்ததில் டொலுயை விட டொலுயின் வழித்தோன்றல்கள் எனப்படும் இவரது குடும்பத்தின் பங்கு மகத்தானது.

1252-ல் ககான் பட்டத்தை டொலுயின் இறப்பிற்குப் பிறகு மோங்கே வழங்கினார். டொலுயின் வழித்தோன்றல்கள் மங்கோலியா மற்றும் தெற்கு மங்கோலியாவை 1251 முதல் 1635 வரையிலும் மங்கோலியாவை 1691 வரையிலும் ஆண்டனர்.

ஒகோடிகான் செங்கிஸ்கானின் மூன்றாவது மகனாவார். இரண்டாவது மிகச் சிறந்த கான் என்று இவர் அழைக்கப்படுகிறார்.

தன்னுடைய தந்தை தொடங்கி வைத்த மங்கோலியப் பேரரசை சரியான முறையில் வழிநடத்தி மங்கோலிய சாம்ராஜ்யத்தை ஐரோப்பா, ஆசியா கண்டத்தில் சீனா, ஈரான் மற்றும் மத்திய ஆசியாவில் வேரூன்றி யவர் ஒகோடிகான் ஆவார்.

ஒகோடிக்கு 17 வயது இருக்கும்போதே செங்கிஸ்கான் தலைமையில் சென்ற போரில் இவருக்கு காயம் ஏற்பட்டு மயங்கிக் கிடக்க இவரை இவரது சித்தப்பா காப்பாற்றி அழைத்து வந்தார்.

இந்தப் போரில் எதிரிப் படையில் இருந்த வில் வித்தையில் சிறந்த வீரன் மரணம் அடைந்த பின்பு அவனுடைய மனைவியை ஒகோடிக்கு செங்கிஸ்கான் மறுமணம் செய்து வைத்தார்.

செங்கிஸ்கானுக்கு அறுபது வயதாக இருந்தபோது தனக்குப் பிறகு அரசராக பதவியேற்பது யார் என்பதை முடிவு செய்யும் முக்கியமான கூட்டத்தை அவர் கூட்டினார்.

முதல் மனைவி மூலம் பிறந்த ஜோசி ஒக்தாயி, சுக்தாயி, தோலி ஆகிய நான்கு மகன்களைக் கூட்டத்திற்கு அழைத்துச் செங்கிஸ்கான் அவர்களிடம் பேசினார்.

எனது மகன்கள் அனைவரும் அரசராக விரும்பினால், ஒருவரின் கீழ் மற்றவர்கள் பணியாற்ற மறுத்தால், அது இரண்டு பாம்புகள் பற்றிய பழைய கதை ஒன்றை நினைவுப்படுத்துவதாக இருக்கும்.

அந்தக் கதையில் ஒரு பாம்புக்கு பல தலைகள் இருக்கும். மற்றொரு பாம்புக்கு ஒரு தலையும் பல உடல்களும் இருக்கும்.

பல தலைகள் கொண்ட பாம்புக்கு பசியெடுத்து அது இரை தேட கிளம்பினால் எந்த வழியாக செல்லலாம் என்று அதன் பல தலைகளுக்கும் கருத்து வேறுபாடு எழும்.

ஒத்த கருத்து ஏற்படாத காரணத்தால் எங்குமே செல்ல முடியாமல் இறுதியில் பட்டினியிலேயே பல தலை பாம்பு இறந்து விடும்.

ஆனால், ஒற்றைத் தலையும் பல உடல்களும் கொண்ட பாம்புக்கு இந்த பிரச்சனை இல்லை. அது பல உடல்களுக்குத் தேவையான உணவை உட்கொண்டு நிம்மதியாக வாழ்ந்தது.

கதையைச் சொல்லி முடித்த செங்கிஸ்கான் தனது மூத்த மகன் ஜோசிகானை உரையாற்ற அழைத்தார்.

இதன் பொருள் பிற சகோதரர்கள் ஜோசிகானின் தலைமையை ஏற்றுக் கொள்ள வேண்டும் என்பதே!

இது இரண்டாவது மகன் சுக்தாயிக்கு பிடிக்கவில்லை. நீங்கள் ஜோசியை உரையாற்ற அழைப்பதால் அவனையே அரசனாக்க முடிவு செய்து விட்டீர்கள் என்று பொருள் கொள்ளலாமா? தவறான வழியில்

பிறந்த அவனை எங்கள் தலைவராக எப்படி ஏற்றுக் கொள்ள முடியும் என்று தனது இருக்கையில் இருந்து எழுந்து நின்று தந்தையிடம் தனது மனத்தாங்கலை முறையிட்டார்.

செங்கிஸ்கானின் முதல் மனைவி போர்ட்டோ 40 ஆண்டுகளுக்கு முன் எதிரிகளால் கடத்திச் செல்லப்பட்டார். அதன் பிறகு செங்கிஸ்கான் தனது மனைவியை மீட்டு வந்தபோது திருமண நாளிலேயே கடத்திச் செல்லப் பட்ட போர்ட்டோ கர்ப்பிணியாக இருந்தாள். செங்கிஸ்கான் அதனைப் பொருட்படுத்தாது ஏற்றுக் கொண்டான்.

செங்கிஸ்கானின் முதல் மனைவிக்குப் பிறந்த முதல் மகன்தான் இந்த ஜோசிகான். எனவே, இவன் செங்கிஸ்கானின் வாரிசு இல்லை என்பது தான் இரண்டாவது மகன் சுக்தாயியின் வாதம்.

ஜோசியின் பிறப்புப் பற்றிய சர்ச்சைகளும் வதந்திகளும் தொடர்ந்த போதிலும், அதைப் பொருட்படுத்தாத செங்கிஸ்கான் ஜோசியே தனது மூத்த மகன் என்பதிலும் தனக்குப் பிறகு அரியணை ஏறும் உரிமை மூத்த மகனுக்கே உண்டு என்பதில் உறுதியாக இருந்தார்.

ஆனால், நாற்பது ஆண்டுகளுக்குப் பிறகு போர்ட்டோவின் வயிற்றில் பிறந்த மகன்களே மூத்த சகோதரனின் பிறப்பு பற்றி கேள்வியெழுப்பிய செங்கிஸ்கானால் ஜீரணித்துக் கொள்ள முடியவில்லை.

தம்பி ஒக்தாயி தன் மீது சுத்திய அவதூறை தாங்கிக் கொள்ள முடியாமல் ஜோசி அவனது கன்னத்தில் ஓங்கி அறைந்து விட்டான்.

இருவருக்கும் இடையே மூண்ட சண்டையைத் தீர்த்துவைக்க அனைவரும் முயன்றனர்.

மூத்த மகன் ஜோசி அரியணை ஏறுவதற்கு ஏற்படக்கூடிய தடைகளை உணர்ந்த செங்கிஸ்கான் கவலையடைந்தார்.

மூத்த சகோதரர்கள் இருவரையும் விடுத்து மூன்றாவது மகனான ஒக்தாயியை அரசராக்கலாம் என்று இரண்டாவது மகன் சுக்தாயி முன் வைத்த திட்டத்திற்கு சகோதர்கள் அனைவரும் ஒப்புக்கொண்டனர்.

தன்னுடைய தந்தை தொடங்கி வைத்த மங்கோலிய சாம்ராஜ்யத்தை ஐரோப்பா, ஆசியா கண்டத்தில் சீனா, ஈரான் மற்றும் மத்திய ஆசியாவில் வேரூன்றியவர் செங்கிஸ்கானின் மூன்றாவது மகன் ஒக்தாயி.

ஒக்தாயிக்கு 17 வயது இருக்கும்போது செங்கிஸ்கான் தலைமையில் சென்ற போரில் இவருக்குக் காயம் ஏற்பட்டு மயங்கிக் கிடக்க இவரது சித்தப்பாதான் காப்பாற்றி அழைத்து வந்தார்.

குலான் கதுன் என்பவர் செங்கிஸ்கானின் மனைவியரில் ஒருவர். மங்கோலியப் பேரரசில் இவர் போர்ட்டோக்கு அடுத்த இடத்தில் இருந்தார்.

இவரது தந்தை தைர்-உசுர் என்பவர் மெர்கிடு பழங்குடி இனத்தின் தலைவர். குலானின் தந்தை சரணடைந்த பின்னர் இவர் செங்கிஸ் கானுக்குப் பரிசாக கொடுக்கப்பட்டார்.

இவர்களுக்கு கெலெசியன் என்றொரு மகன் பிறந்தார். மங்கோலியப் பேரரசில் கெலெசியன் போர்ட்டோவின் நான்கு மகன்களுக்கு அடுத்த இடத்தில் இருந்தார்.

குலானுக்குத் தனியாக ஓர்டோ அல்லது சபை இருந்தது. இவருக்கு கென்டீ மலைகள் ஆட்சி செய்ய ஒதுக்கப்பட்டிருந்தது.

செங்கிஸ்கான் குலானின் மேல் அதிக பிரியம் கொண்டிருந்தார். பல நேரங்களில் செங்கிஸ்கானுடன் போர்க்களங்களுக்கு இவர் மட்டுமே சென்றுள்ளார். குவாரசமியா மீதான மேற்கத்திய படையெடுப்புகளில் இவர் செங்கிஸ்கானுடன் பயணித்துள்ளார். இவர் இந்தியாவுக்கு அருகில் இறந்தார். கடினமான பனிக்குக் கீழே இவர் புதைக்கப்பட்டார்.

✷

24

பிற்கால மங்கோலியர் படையெடுப்புகள்

கரவுனாக்கள் அல்லது நெகுதரி என்பவர்கள் மங்கோலிய இனத்தின் ஒரு பிரிவினர் ஆவர். இவர்கள் துருக்கிஸ்தான் மற்றும் மங்கோலியாவில் இருந்து இடம் பெயர்ந்து ஆப்கானிஸ்தானில் குடிய மர்ந்தனர்.

நெருதரி என்பவர்கள் ஆப்கானிஸ் தானில் வசிக்கும் மங்கோலியப் பூர்வீகத்தைக் கொண்ட ஒரு மக்கள் குழு ஆவர்.

கசரா மக்களுக்கும் இவர்களுக்கும் உள்ள வேறுபாடு யாதெனில் கசாரா மக்கள் பயன்படுத்தும் மொழியில் மங்கோலியத் தாக்கம் இருப்பதில்லை.

1320-ல் ஜூல்ஜூ (துலுச்சா) தலைமை யிலான கரவுனாக்கள் ஜூலம் பள்ளத்

தாக்கு வழியாக எவ்வித எதிர்ப்புமின்றி காஷ்மீருக்குள் நுழைந்தனர்.

ஜுல் ஜுவுக்கு ஒரு பெரும் தொகையினைக் கொடுப்பதன் மூலம் அவரைப் பின்வாங்க வைக்க காஷ்மீர் மன்னர் சுகாதோ முயற்சித்தார். மங்கோலியர்களை எதிர்க்கக் படையை ஆயத்தமாக்க முடியாத சுகாதேவா கிஸ்துவாருக்கு தப்பி ஓடினர்.

காஷ்மீர் மக்கள் ஜுல்ஜுவின் கருணையை எதிர்பார்க்கும் நிலைக்குத் தள்ளப்பட்டனர். மங்கோலியர்கள் குடியிருப்புகளை எரிக்க ஆரம் பித்தனர். ஆண்களைக் கொன்றனர். பெண்கள் மற்றும் குழந்தைகளை அடிமைகளாக்கினர். படையெடுப்பாளர்கள் எட்டு மாதங்களுக்குத் தங்களது அழிப்பைத் தொடர்ந்து நடத்தினர்.

பிரினால் வழியாகத் திரும்பிச் செல்லும்போது திவாசார் மாவட்டத்தில் ஏற்பட்ட கடுமையான பனிப்பொழிவு காரணமாக ஜுல்ஜு தன் வீரர்கள் மற்றும் கைதிகள் பெரும்பாலோரை பறிகொடுத்தார்.

சுல்தானகத்தில் கல்ஜிக்களுக்குப் பிறகு துக்ளக் அரச மரபு ஆட்சிக்கு வந்தபோது அடுத்த பெரிய மங்கோலியப் படையெடுப்பு நடைபெற்றது.

1326-ல் தர்மசிரின் தில்லிக்கு அமைதியை ஏற்படுத்துவதற்காகத் தூதுவர்களை அனுப்பினார். 1327-ல் தர்மசிரின் தலைமையிலான சகதாயி மங்கோலியர்கள் எல்லைப்புற பட்டணங்களான லம்கான் மற்றும் முல்தானைச் சூறையாடினர். தில்லியை முற்றுகையிட்டனர்.

தனது சுல்தானகத்தை அதிகமான பாதிப்பிலிருந்து காப்பாற்று வதற்காக துக்ளக் ஆட்சியாளர் ஒரு பெரிய தொகையை மங்கோலியர் களுக்குக் கொடுத்தார்.

தர்மசிரின் குராசான் பகுதியையும் தாக்கியிருந்தார். இதன் காரணமாக ஈல் கானரசு அரச மரபின் அபு சயத்துடன் தர்மசிரினுக்கு எதிராக ஒரு கூட்டணியை ஏற்படுத்த முகமது பின் துக்ளக் முயற்சித்தார்.

தர்மசிரின் புத்த மதத்தைப் பின்பற்றினார். ஆனால், பிற்காலத்தில் இஸ்லாம் மதத்திற்கு மாறினார்.

சகதாயி கான் அரசிலிருந்த மத ரீதியான பிரச்சனைகள் மங்கோலியர் களைப் பிரிப்பதில் ஒரு காரணியாக விளங்கின.

தர்மசிரின் தில்லி முற்றுகைக்குப் பிறகு இந்தியாவின் மேல் பெரிய அளவிலான படையெடுப்புகள் மங்கோலியர்களால் நடத்தப்படவில்லை. எனினும், வடமேற்குப் பகுதியில் இருந்த பல உள்ளூர் அரசுகளில் சிறு குழுக்களாக மங்கோலிய ராணுவத்தில் பணியாற்றினர். அமீர் கசகான் என்பவர் வடஇந்தியா மீது தனது கரவுனாக்கள் மூலம் தாக்குதலை நடத்தினார். மேலும், 1350-ஆம் ஆண்டு தில்லி சுல்தான் முகமது பின் துக்ளக்கிற்கு உதவி புரிவதற்காகப் பல்லாயிரக்கணக்கான வீரர்களை துக்ளக்கின் நாட்டில் நடந்த கலகத்தை ஒடுக்குவதற்காக அனுப்பினார்.

தில்லி சுல்தான்கள் மங்கோலியா மற்றும் சீனாவில் இருந்த யுவான் அரச மரபு மற்றும் பாரசீகம் மற்றும் மத்திய கிழக்கில் இருந்த ஈல் கான் அரசு ஆகிய அரசுகளுடன் நட்புறவை வளர்த்துக் கொண்டனர்.

1338 வாக்கில் தில்லியின் சுல்தான் முகமது பின் துக்ளக், தோகோன் தெமுரின் தலைமையிலான யுவான் அவைக்கு மொராக்கோவைச் சேர்ந்த பயணியான இடின் பட்டு டாவை தூதராக அனுப்பி வைத்தார். இபின் பட்டுடா கொண்டு சென்ற பரிசுப்பொருட்களில் 200 அடிமைகளும் இருந்தனர்.

அதேநேரத்தில் சகதாயிகான் அரசானது பல நாடுகளாகப் பிரிந்தது. மூர்க்கமான மங்கோலிய துருக்கியத் தலைவரான தைமூர் நடு ஆசியா மற்றும் அதன் எல்லைக்கு அப்பாற்பட்ட பகுதிகளைத் தனது கட்டுப் பாட்டுக்குள் கொண்டு வந்தார்.

தைமூரின் இரு கொள்கைகளானவை ஏகாதிபத்தியம் மற்றும் இசுலாமிய மயமாக்கம் ஆகியவை ஆகும். தைமூர் தனது பேரரசில் இருந்த மங்கோலியப் பழங்குடியினங்களைப் பல்வேறு பகுதிகளுக்கு இடம் மாற்றினார்.

தன்னுடைய சொந்த இராணுவத்தில் துருக்கிய மக்களுக்கு முன்னுரிமை கொடுத்தார். மேலும், தைமூர் சகதாயிகான் அரசு முழுவதும் இஸ்லாமிய நம்பிக்கைக்கு முன்னுரிமை கொடுத்தார். இவரது பேரரசில் ஷரியா சட்டங்கள் பின்பற்றப்பட்டன. செங்கிஸ்கானின் ஷாமன் மதச் சட்டங்கள் புறக்கணிக்கப்பட்டன.

போர் தொடங்குவதற்காகவும் நாட்டின் செல்வத்தை கொள்ளை யடிப்பதற்கும் தைமூர் இந்தியாவின் மீது 1398-ஆம் ஆண்டு படை

யெடுத்தார். தைமூரின் பேரரசானது சிதறுண்டது. அவரது வழித் தோன்றல்கள் நடு ஆசியாவை தங்களது கட்டுப்பாட்டுக்குள் வைத் திருக்கத் தவறினர்.

இதனால் அப்பேரரசு பல்வேறு சிற்றரசுகளாகப் பிரிந்தது. சகதாயி மங்கோலியர்கள் மற்றும் தைமூர் ஆகியோரின் வழித்தோன்றல்கள் அருகருகே வசித்துக் கொண்டு சில நேரங்களில் சண்டையிட்டும் வாழ்ந்தனர். திருமண பந்தங்களையும் ஏற்படுத்திக் கொண்டனர்.

இவ்வாறான ஒரு திருமண பந்தத்தின் மூலம் பிறந்தவர்தான் முகலாயப் பேரரசை நிறுவிய பாபர். பாபரின் தாய் தாஷ்கண்டை ஆண்ட மங்கோலிய கான்களின் குடும்பத்திலிருந்து வந்தவர் ஆவார்.

பாபர் தைமூரின் உண்மையான வழித்தோன்றல் ஆவார். தைமூரின் நம்பிக்கைளை அவரும் கொண்டிருந்தார்.

செங்கிஸ்கானின் வழிகள் மற்றும் ஒழுங்கு முறைகள் குறை பாடுள்ளவை என்று கருதிய பாபர், அவற்றிற்கு தெய்வீகத் தன்மை யுடைய அதிகாரம் இல்லை என்று குறிப்பிட்டுள்ளார்.

பாபரின் சொந்தத்தாய் மங்கோலியப் பெண்ணாக இருந்தபோதிலும் மங்கோலிய இனத்தைப் பாபருக்குப் பிடிக்கவில்லை. மங்கோலியர் களுக்கு எதிராக பாபர் தனது சுயசரிதையில் கடினமான சொற்களைப் பயன்படுத்தியுள்ளார்.

பாபர் காபூலை ஆக்கிரமித்து இந்திய துணைக் கண்டத்தின் மீது படையெடுக்கத் தொடங்கியபோது சகதாயி கான் அரசில் இருந்து வந்த முந்தைய படையெடுப்பாளர்களைப் போலவே அவரும் முகலாயர் என்றே அழைக்கப்பட்டார்.

தைமூரின் படையெடுப்புகூட மங்கோலிய படையெடுப்பு என்றே கருதப்பட்டது. ஏனெனில், மங்கோலியர்கள் நடு ஆசியாவை நீண்ட காலத்திற்கு ஆட்சி புரிந்து அங்கு வாழ்ந்த மக்களுக்கு தங்களது பெயரை வழங்கினர்.

✷